Shivaji charitra.

Ganeshsharti Lele

UNIVERSITY OF BOMBAY,

&c.   &c.   &c.

THIS WORK IS DEDICATED

With feelings of admiration for his appreciation of
real virtues, affection towards men of
Learning, and zeal in promoting
the cause of Education.

BY

THE AUTHOR.

रावबहादूर नानामोरोजी.

शहर मुंबई एथील पोलिस माजिस्त्रेट,

जस्टीस आफ् धी पीस आणि मुंबई युनिव्हर्सि-

टीचे फेलो, इत्यादि,

त्यांची सद्गुणग्राहकता, विद्वज्जनाविषयींची प्रीति, स्वदेशीय

लोकांच्या विद्यावृद्धीविषयींची उत्सुकता,

इत्यादि गुण पाहून,

हा ग्रंथ

कर्त्यानें परमादरपुरस्सर

नजर केला असे.

प्रस्तावना.

ह्या **महाराष्ट्र** देशांत किंबहुना साऱ्या **भरतखंडांत**ही अर्वाचीन काळीं जे परम नामांकित व विख्यात असे हिंदु राज्यकर्ते झाले, त्यांमध्यें **भोंसले** उपनांवाच्या कुळांत उत्पन्न झालेला **शिवाजी**, ज्यास **शिवाजीमहाराज** असें ह्मणण्याचा संप्रदाय आहे तो अग्रगण्य होय. ह्यानेंच मोठ्या पराक्रमानें व चातुर्यानें मराठी राज्याचा मूळपाया घालून त्याची स्थापना केली.

मालोजीह्मणून **शिवाजीचा** आजा होता त्याला **देवी** प्रसन्न होऊन तिनें वरप्रदान दिलें कीं, 'तुझ्या वंशांत गोब्राह्मणप्रतिपालक व स्वधर्मसंस्थापक असा एक महावीर उत्पन्न होऊन तो पृथ्वीचें राज्य करील'. तोच हा **शिवाजी** होय अशी **मराठी लोकांत** दंतकथा आहे. तें कसेंही असो परंतु **महाराष्ट्रदेश मुसलमान** लोकांच्या जबड्यांत बहुतकाळपर्यंत सांपडला होता त्यांतून त्याची मुक्तता झाली, **मराठे लोक** जे पूर्वीं आंधारांत पडल्याप्रमाणें केवळ अप्रसिद्ध स्थितींत होते ते उजेडांत येऊन प्रसिद्धीस आले; तसेंच ह्या लोकांचें स्वतंत्र राज्यस्थापित होऊन राजकीय संबंधानें भरतखंडाच्या इतिहासांत स्वातंत्र्यानें वर्णन होण्याच्या योग्यतेप्रत येऊन उत्कर्ष पावलें, ह्या व अशा दुसऱ्याही मोठ्या शूरत्वाच्या व बुद्धिकौशल्याच्या अनेक गोष्टी ज्या इतर सामान्य पुरुषांच्या हातून घडणें अशक्य त्या **शिवाजीच्या** हातून घडून त्याची कीर्त्ति दिगंतीं गेली ही गोष्ट निर्विवाद आहे.

शिवाजीचा बाप **शाहाजी** हा **विजापुराच्या** बादशाहाचे चाक-

रीस होता त्याचें शहाणपण व शूरत्व पाहून त्याला त्या बादशाहानें पुणेंपरगणा जहागीर करून दिला. शाहाजी हा विजापूरकराकडून कर्णाटकांत मोहिमीवर असतां त्यानें शिवाजी फार लहान ह्मणून त्याला व त्याचे आईला आपलें जहागीर गांव पुणें एथें ठेविलें. तेथें असतां लहानपणींच शिवाजी हा स्वतंत्रपणानें वागूं लागून, असाधारण व अचाट कृत्यें करिता झाला. औरंगझेबासारिखा बलाढ्य, धूर्त, पराक्रमी, वयानें व अनुभवानें प्रौढ, राजकार्यनिपुण, दुसऱ्याचा उत्कर्ष न सोसणारा, ऐश्वर्यलोलुप व स्वधर्माभिमानी, असा हिंदुस्थानाचा सार्वभौम बादशाहा दक्षिणेंतलि पुरातन काळापासून चालत आलेलीं राज्यें समूळ उपटून टाकून बलात्कारानें स्वकीय राज्याची व धर्माची मर्यादा वाढविण्याविषयीं सक्त प्रयत्न करीत असतां, कोणी एका लहानशा हिंदू जहागीरदाराच्या मुलानें बुद्धिचातुर्य व शौर्य यांच्या बळानें त्या बादशाहाचें व त्यानें मुद्दाम त्या कार्यार्थ पाठविलेल्या जुंझार व समरकुशळ ह्मणविणाऱ्या सरदारांचे सकल उपाय कुंठित करून त्यांचे डोळ्यांदेखतां नवीन हिंदू बादशाहात स्थापून हिंदूधर्मांमध्यें आपलें गोब्राह्मणप्रतिपालकत्व लोकांत प्रसिद्ध केलें, आणि शिवाजी हा केवळ डोंगरांतील उंदीर आहे याची काय कथा? असें ह्मणून स्वकीयशौर्यमदानें अंध झालेले त्याचे शत्रु हे अवगणनापूर्वक त्याचा उपहास करीत होते, त्यांचें तें अंधत्व पराजयरूप तीक्ष्ण अंजनानें निःशेष घालवून त्यांस आपल्या सिंहतुल्यपराक्रमदर्शनानें चकित करून तोंडांत बोटें घालावयास, व त्यांत जे कोणी वास्तविक गुणग्राहक होते त्यांस स्वकीय मस्तकें तुकवावयास लाविलें ह्या गोष्टी साधारण आहेत काय? नाहींत हें उघडच आहे.

शिवाजीचें जन्म सन इसवी १६२७ ह्मणजे शके १५४९ ह्या वर्षी जुन्नराजवळ शिवनेरी ह्मणून किल्ला आहे तेथें झालें त्याला लहानपणापासून स्वतंत्रपणें राज्य करण्याची मोठी हौस होती ती त्यानें आपल्या मर्दुमकीनें शेवटास नेऊन आपलें नांव पृथ्वीवर गाजविलें. सन १६७४ ह्मणजे शके १५९६ ह्यावर्षी त्याला रायगडावर हिंदुशास्त्राप्रमाणें यथाविधि राज्याभिषेक झाला. त्यानें आपल्या नांवाची मुद्रा (नाणें) पाडिली; व आपआपल्या कामांत परमदक्ष आणि राजकार्यधुरंधर असे अष्ट (आठ) प्रधान नेमिले.

तसेंच कोणावरही जुलुम जबरी न होतां गरीबगुरीबांची देखील लौकर दाद लागून त्यांस यथायोग्य न्याय मिळून संपूर्ण प्रजांचें नीतीनें संरक्षण व्हावें अशा रीतीची राज्यव्यवस्था करण्याविषयीं त्याच्यानें होईल तितका प्रयत्न करण्यांत त्यानें अंतर केलें नाहीं.

शिवाजी हा मोठा शूर, चतुर, चपळ, उद्योगी, बुद्धिमान, स्वधर्म व स्वदेश ह्यांविषयीं अभिमान बाळगणारा, असा होता. तो सन १६८० ह्मणजे शके १६०२ ह्यावर्षी परलोकवासी झाला, त्या वेळीं त्याचें वय सगळें ५३ वर्षांचें होतें. तो अणखी कांहीं वर्षे वांचला असता तर त्याच्या हातून त्याच्या देशाचें व लोकांचें अणखी कल्याण झालें असतें असें त्याच्या पूर्वींच्या आचरणावरून निश्चयात्मक अनुमान होतें.

असा वीर जो शिवाजीराजा त्यावर पद्यात्मक मराठी काव्य करण्याविषयीं दक्षिणाप्रैज कमिटीनें जाहिरात प्रसिद्ध केल्यावरून हें पुढील काव्य यथामति केलें तें त्या कमिटीनें कृपाळूपणें स्वीकारिलें ह्मणून प्रस्तुत छापून लोकांत प्रसिद्ध केलें आहे. याचे प्रकरणभेदानें सात विभाग कल्पून त्यांस प्रत्येकीं सर्ग असें ह्मटलें आहे. ह्या का-

त्यांत शिवाजीचा आजा मालोजी ह्याजपासून आरंभ करून, शिवाजीला राज्याभिषेक झाला एथपर्यंत कथा वर्णिली आहे ती अशी;—

प्रथमसर्गांत शिवाजीचा आजा मालोजी याचें वृत्त सांगून भवानीवरप्रदान झालें तो प्रकार वर्णिला आहे.

द्वितीयसर्गांत शिवाजीचा बाप शहाजी याच्या लग्नाचा थाट व शिवाजीचें जन्म व त्याचें बालचरित्र हीं वर्णिलीं आहेत.

तृतीयसर्गांत शिवाजीला स्वतंत्र राज्य संपादनाची इच्छा झाल्यावरून दादोजीकोंडदेव यानें त्यास नीति सांगीतली तें प्रकरण आलें आहे.

चतुर्थसर्गांत शिवाजीची कृति ऐकून विजापूरचे बादशाहानें शहाजीस प्रथम बंदीस ठेवून मग सोडून दिलें तें वृत्त सांगीतलें आहे.

पंचमसर्गांत विजापूरचे बादशहास शिवाजीनें जिंकिलें तो प्रकार निवेदिला आहे.

षष्ठसर्गांत शिवाजीचा दिग्विजय सविस्तर वर्णिला आहे.

सप्तमसर्गांत शिवाजीच्या राज्याभिषेकाचा समारंभ व श्रीरामदासस्वामीनीं त्यास सदुपदेश केला याचें निरूपण करून ग्रंथ समाप्त केला आहे.

गणेशशास्त्री लेले,

त्र्यंबककर.

श्रीशिवाजीचरित्र प्रारंभ.

मंगलाचरण.

श्रीगणेशं मुदा वंदे शारदां त्र्यंबकेश्वरं ॥
श्रीकृष्णं कुलपालांश्च भास्करादिनवग्रहान् ॥ १ ॥

आर्या.

मंगलाचरण श्रीगणपतीविषयीं

श्रीवरदमूर्ति[1] माझे, दूर करो त्वरित अंतरायांस[2] ॥
यत्पदचिंतन[3] हरितें, निमिषार्धें सकल अंतरायांस[4]॥१॥

श्रीसरस्वतीविषयीं.

तैसी सरस्वती मम, ठेवुनियां निजकरा शिरावरतीं ॥
'होइलकाव्यतुझेंहेंमान्य'असा देउ मज वरा वर ती[5] ॥२॥

श्लोक.

श्रीशिवाविषयीं.

सदाशिवपदांबुजा नमितसें सदा भक्तिनें,
जयास भजतां बळें स्वपद देइजे मुक्तिनें ॥
हरी[6] निशिदिनीं ज्या विमलमानसीं आठवी,
पितामह[7] तसाचि ज्या हृदयमंदिरीं सांठवी ॥३॥

---

१ श्रीगणपति. २ अंतर्गतआयास. (चिंता) ३ ज्या गणपतीच्या केवळ पायांचेंच चिंतन. (हेंकर्तृपद) ४ विघ्नांस. (हेंहरितें या क्रियेचेंकर्म) ५ सरस्वति. ६ विष्णु. ७ ब्रह्मदेव.

[illegible] त्याच्या पूर्णगुणा अजूनिहि जनीं कोणी नसे जाणिलें ॥
[illegible] ज्यांचीं कोमल पुष्पपल्लवफलें आनंद देती महा,
[illegible] त्यांस असो सदा करयुगें माझा नमस्कार हा ॥ ५ ॥

[illegible] ज्या देही हृदयस्थवृत्त इतरा सांगावया भारती,
[illegible]मार्दवमविधी यथेष्ट करण्यासाठीं करांची स्थिती ॥
यावांचूनि[१२] समस्तदेह विबुधीं[१३] कारागृहें[१४] मानिले,
त्या देहा सदयें[१५] दिलें मज[१६] जयें त्याचीं[१७] नेमीं पाउलें ॥ ६ ॥

[illegible]चा तुकडा भुईंत पुरतां पर्जन्यकालागमीं,
[illegible] झाड वयास येति सुमनें बीजें, न कांहीं कमी ॥

---

१ [illegible]. २ भ्रमणकरिती. ३ त्याग्रहनक्षत्रांची. ४ वास्तविक [illegible] (ज्यांचे ज्ञान ज्याला आहे त्याच्या). ५ नमस्कारऋप कार्यास. ६ [illegible] आहेत असा अन्वय. ७ त्या तरूंच्या ह्मणजे वृक्षांच्या [illegible] (ईश्वरास). ८ मनांतील अभिप्राय. ९ वाणी. [illegible]. ११ हातांची. १२ वाणी व हात यांवाचून. १३ [illegible]. १४ बंदिखाने. १५ दयाशीळानें (हें जयें याचें [illegible]). १६ ज्यानें. १७ स्मरें किंवा नमीं हें क्रियापद याचा [illegible] हा अध्याहृत आहे. १८ पर्जन्याच्या दिवसांत.

बीजापासुनिही पुन्हा तरु उठे, ऐशी तयांची[1] स्थिती,
पाहोनी कृतिपूर्णशक्ति गमतो जो देव त्यातें नती[2] ॥७॥

पितृपुत्रभाषण व्यवहारांत अनवस्था प्रसंगभगार्थ कल्पिला जो आद्यबाप त्याविषयीं.

बापाच्या वचना स्वतां परिसुनी गेहीं मुलें बोलती,
बापाचा क्रम तोचि[3], हे अनुभवें सर्वस्थलीं कल्पिती ॥
शेवटीं[4] पुत्र असे, पिता मुळिं नसे, वक्ता व जो[5] वाक्पती.
तो आद्य प्रभु बाप ईश्वर असो त्याच्या पदीं मन्नती॥८॥

मुक्यांस बोलकें, पांगळ्यांस चालतें जो करितो व ज्याची कृति विचित्र व दुर्ज्ञेय व जो साधूंनीं मानिला अशा देवाविषयीं.

मूकें बोलति, चालती, गिरिवरी ज्याच्या कृपें पांगळे,
ज्याचें वास्तवकृत्य कांहिं कळण्यासाठीं कृती भागले ॥
ज्यानें हें जग चित्रलेखें[7] लिहिलें, जो साधुनीं मानिला,
त्याच्या कल्पित पादपद्मयुगुला मी वंदितों हा खुळा॥९॥

श्रीनिवृत्तिनाथाविषयीं.

श्रीमत्र्यंबकराजपुण्यनगरीं वस्ती सदा जो करी,
घेतां दर्शन भक्तिनें बहु जुनी सुसंधी मनाची हरी ॥
वक्ते[12] .. वाक्पतिसे[13] सुशक्तिपतनें[14] केले जयानें स्वतां,
तो माझ्या हृदयीं निवृत्ति बरवा राही सुखें तत्वतां॥१०॥

श्रीज्ञानेश्वराविषयीं.

टीकाकार अनेक देशिं भगवद्गीते वरी जाहले,
त्यांतूनी कितिएक तत्वकथनीं थोडे जनां मानले ॥

---

१ वृक्षांची. २ नमस्कार. ३ मुलाप्रमाणेंच म्हणजे आपल्या बापाचें बोलणें ऐकून तसें बोलणें हा क्रम. ४ पित्याला पिता त्यालाही पिता अशी आनंत्यरूप अनवस्था प्राप्त होते तन्निरासार्थ शेवटीं. ५ अपितृक असून स्वयें बोलणारा जो कोणी तोच आद्यप्रभु व आद्यपिता होय (तोच ईश्वर). ६ विद्वानः ७ चित्राप्रमाणें. ८ कल्पिला (अनुभवावरून) ९ त्र्यंबकनाथाचें क्षेत्र तेथें. १० अनादि. ११ अज्ञान १२ बोलणारे. १३ बृहस्पतीसारखे. १४ शक्तिपाताख्य योगशक्तीनें.

गीतेचा सकलार्थ गोडवचनें केला जयानें खरा,
त्या ज्ञानेश्वरसाधुच्या पदयुगीं संस्थापितों मी शिरा॥ ११॥

श्रीरामदासस्वामिविषयीं.

ज्याचीं सद्वचनें विरक्तिविषयीं श्रीरामबाणापरी,
तेजस्वी, बहु गोड कर्णयुगुलां, आनंद अभ्यंतरीं ॥
देती प्रत्यय[1]ही जनां लवकरी, ब्रह्मीं जयाची स्थिती,
भक्तीं[2] मारुति[3] मानिला गुरु[4],तया श्रीरामदासा नती॥ १२।

मुक्तेश्वर, मोरोपंत व वामनपंडित यांविषयीं.

जे श्रीभारत[5]पंचलक्षण[6]महाकाव्य[7]ग्रंहीं चांगले,
व्यासानंतर सत्प्रमेय[8]रचनाचातुर्य ज्यानां अले ॥
ज्यांनीं देशो[9]गिरेंत ईश्वरकथा केल्या महत्संगमीं,[10]
ते मुक्तेशमयूरवामनकवी त्यांच्या पदाब्जा नमी ॥ १३ ।

परमेश्वर हा स्तुतीस योग्य असतां इतराची स्तुति कां केली याविषयीं हेतु.

देवानें जर मानवास दिधली वाणी, तिनें त्याचिया,
स्तोत्रातें करणें प्रशस्त असुनी अन्यस्तुती कासया ॥
हें तों सत्य; परंतु विश्व अवघें ज्याची असे आकृती,
त्यांतूनी नृपती[11] विभूति ह्मणुनी मी वर्णितों तत्कृती॥ १४।

जुन्या कवींची रसाळ काव्यें असताही हें नवें काव्य किंचिदंशीं उपयोगी आहे हें सदृष्टांत.

काव्यें सत्कविचीं रसाळ असतां मोठीं लघू वा जुनी,
माझें काव्य नवें निरर्थक नसे, पांहा तुह्मी वाचुनी ॥
लोकांतील तमास नाशक असा राका[12]निशाचंद्रमा,
आहे तो तरि दीप दूर न करी कीं मंदिरींच्या तमा[13]॥ १५॥

---

१ अनुभवही (देती) २ भक्तांनीं. ३ मारुतीचा अवतार व गुरु. ४ असा मानिला. ५ इतिहास. ६ विष्ण्वादिपुराणें. ७ रामायणादि ८ यथार्थज्ञानाविषयीं. ९ महाराष्ट्रभाषेंत. १० साधुजनाच्या भेटी झाल्याअसतां. ११ राजा (नराणांच नराधिपः ह्या विभूतिविषयक भगवद्गीता वाक्यावरून) १२ पूर्णिमेचा चंद्र. १३ काळोखाला.

मदीय कवितेशी बा श्रुतिपथा तुह्मी दाखवा,
घडेल मग ती सुखें मृदुपदें खरें तेधवां॥
तुह्मा जवळि आलियावरिच विश्वचित्तालया,
बसेल रसनागरस्थळिं करा विभू ही दया ॥ १६ ॥

हें काव्य ऐकण्याविषयीं देवांची प्रार्थना.

---

*शिवाजी हा आहे विदित सकलांतें क्षितिवरी,
मराठ्यांचें राज्य प्रथम नृप जो स्थापित करी ॥
जयाची सत्कीर्ती मज गमलि पूर्णेंदु दुसरा,
कलंकाचा ज्याच्यावरि नगवसे लेशहि खरा ॥ १७ ॥

शिवाजीचें वर्णन. मराठ्यांचें राज्य प्रथम त्यानेंच स्थापिलें.

महाराष्ट्रीं झाला उदित गगनीं जेंवि सविता,
सुहृत्पद्मालागीं अतिविपुल जो भूतिस विता ॥
निजें तेजें ज्याच्या रिपुतिमिर सारे हरपलें,
दुजे राजे लाजें उडुगण तसे सर्व लपले ॥ १८ ॥

शिवाजीला सूर्याची उपमा.

जयाच्या धैर्याला गिरिच उपमा शोभत असे,
तसी गांभीर्याला जलधि, दुसरी साजत नसे ॥
जयाच्या बाहूंच्या युगुलिं विलसे शौर्य अगळें,
शकेना वर्णूं तें पटुहि कवि काव्यांत सगळें ॥ १९ ॥

शिवाजीच्या धैर्यादिकांचें वर्णन.

---

१ हें संबोधन. २ जिव्हा हेंच सजलस्थळ तेथें श्रवण केली असतां वाचावींसी वाटेल.

* ह्या शिवाजीपदापासून मंगलार्थाचा ध्वनि होतो, कारण त्याचें घटक जें शिवपद तें कल्याणवाचक प्रसिद्ध आहे. ह्मणूनच हें शिवाजी पद काव्याच्या प्रारंभीच्या पद्यांत प्रारंभींच घातलें आहे.

१ सूर्य. २ सुहृत् (आप्त) हेंच पद्में त्यांस. ३ संपत्ति ४. देणारा. ५ शत्रुरूप आधार. ६ लाजेनें. ७ नक्षत्रसमुदाय. ८ समर्थ (हें कवीचें विशेषण.)

आर्या.

शिवाजीची जी जगद्व्यापककीर्ति तिजविषयी रूपक.

यद्भटचातुर्यतुरी[1], असिवेमा[2] घेउनी सहाय बरें ॥
शुभ्रें यद्गुणवृंदें[3], यशःपटा[4] विणुनि नेसवीत[5] धरे[6] ॥ २१ ॥

श्लोक.

शिवाजीला अगस्तिऋषीची उपमा.

होता यावनकीर्तिसागर[7] बहू विस्तीर्ण भूमंडलीं,
त्यानें भारतखंडभूमि[8] सगळी व्यापूनियां टाकिली ॥
ईशेच्छें[9] शिवजी अगस्तिमुनिसा झाला प्रतापी महा,
संग्रामाचमनें[10] करूनिच जेणें[11] त्या[12] प्राशिलें कीं अहा! ॥ २२ ॥

ज्याला गुणवान्शत्रूहि प्रिय व दुर्गुणी मित्रही त्याज्य.

गुणी शत्रुही आवडे फार ज्यास,
कडूही जशी औषधी आतुरास ॥
जसा सर्पसंदष्ट[13] अंगुष्ठ[14] होतो[15],
तसा त्याज्य ज्या दुर्गुणी मित्र होतो ॥ २३ ॥

शिवाजीमध्यें प्रजेच्या जनकत्वावाचून त्यांच्या बापाचे सर्वगुण होते.

प्रजेस शिकवी गुणां, सतत उद्यमें रक्षणा,
करी[16] भरण देउनी वसनभूषणा भक्षणा ॥
ह्मणूनि गमला पिता जनगणास जो भूपती,
शिवाजि, जगिं अन्यें[17] तें जनकमात्रतें[18] पावती ॥ २४ ॥

---

१ ज्याच्या सरदाराचें चातुर्य हीच तुरी (कोष्ट्याचें यंत्रविशेष फणी). २ तरवार हीच वेमा ह्मणजे पिंजणी. ३ ज्याच्या गुणांच्या समुदायाच्या योगानें. पक्षीं गुण ह्मणजे ततु (दोरे) ४ यश हेंच वस्त्र त्यास. ५ वेढीत. ६ पृथ्वीला. ७ यवनाचा कीर्तिरूप समुद्र. ८ हिंदुस्थान देश. ९ ईश्वराच्याइच्छेनें. १० युद्धरूप आचमनाच्या योगानें. ११ ज्या शिवाजीनें. १२ यवनकीर्तिसागरास. १३ सापानें दंश केलेला १४ आंगठा. १५ त्याज्य होतो. १६ हें क्रियापद पूर्वोत्तरान्वयि आहे (रक्षणा व भरणा करी). १७ प्रजाचे जे वास्तविक बाप ते. १८ केवळ उत्पन्नकर्तेपणाप्रत मात्र (पावती) ह्मणजे उत्पन्न करणारेपणामात्र वास्तविक बापाकडे राहिला.

श्रीमच्छत्रपती महीश्वर महाराज प्रतापी प्रभू,
राजन्[1]वत्पदवाच्यतेस आणिली जेणें[2] महाराष्ट्र[3]भू ॥
तापातें हरुनी सुधी[4]कर जनां देतो जसा स्वीं करीं[5],
तैसा जो स्वगुणेंकरूनि सकलां दे सौख्य पृथ्वीवरी ॥२५॥

शिवाजीच्या योगाने महाराष्ट्रदेश राजन्वान् झाला व तो चंद्राप्रमाणें आल्हादक होता.

ज्याचें चित्त कधीं वळे न विषयीं, ज्याला न दुःसंगती,
शास्त्राचे पर पार शोधित असे ऐशी जयाची मती ॥
धर्माचें निजतत्व गुप्त हृदयीं जो बागवी हो भला,
ज्ञानें पूर्ववयींच[6] वृद्धाहि जरे वांचूनि जो शोभला ॥ २६ ॥

तो अल्पवयांतच ज्ञानानें वृद्ध होता.

ज्याचा दंड[7]हि पालनार्थचि असे, अर्थार्थ[8] नोहे कधीं,
ज्यानें संततिहेतुनेंच वरिली जाया[9], न ज्या कामं[10]धी ॥
ज्याचे वास्तव अर्थकाम भुवनीं धर्मत्व कीं पावले,
ऐसा तो नृपती विलक्षणकृती ज्या वर्णिती हो भले॥२७॥

चतुर्विध पुरुषार्थांपैकीं ज्याचे अर्थ व काम धर्मरूपच होते.

यथाशक्ती गावें क्रम धरूनि तज्[11]जन्मचरिता,
असा हेतू माझ्या मनिं बहुत तो हो नच रिता[12] ॥
असे विस्तारें ते चरित इतिहासांत लिहिलें,
तयाचे येंचें मी कथित करितों एथ वहिलें. ॥ २८ ॥

---

१ ज्या देशाचा राजा उत्तम असतो त्याला राजन्वान् असें ह्मणतात (सुराज्ञिदेशे राजन्वान् इत्यमरः;) हा राजन्वान् शब्द. २ ज्या शिवाजीच्या योगानें. ३ महाराष्ट्र देशाला (प्राप्त झाला). ४ चंद्र. ५ स्वकिरणांनी. ६ तारुण्यांतच. ७ दंड करणें. ८ धन संग्रहार्थ (नव्हे) ९ भार्या. (संतती करिताच वरिली). १० कामबुद्धि ज्याला (नव्हती). ११ शिवाजीच्या जन्मचरितास (गावें). १२ व्यर्थ अपूर्ण.

कोठें तो शिवनृपतिप्रताप मोठा,
कोठें मी अति जडबुद्धि जेविं गोटा[1] ॥
अब्धीलों[2] तरणिवेंशें[3] हि दुस्तरा[4] या,
मोहानें[5] मनिं धरितों भुंजीं[6] तरायों[7] ॥ २९ ॥

जे काव्यें रचिती मनोज्ञ सुकवी पावावया तद्यशा,[8]
आहें मंदमती[9] तथापि करितों आतां प्रयत्ना अशा ॥
जीं का उंच नरास लभ्यं सुफळें तीं तोडण्या[10] ठेंगणा,
बाहू लांब करी, जनीं हंसाति त्या, तैसेंचि मातें गणीं[11] ॥ ३० ॥

जया भोंसले आडनाव स्वतांला,
असा वंश हो दक्षिणेमाजि झाला ॥

तया वंशीं मालोजिनामा प्रवीर,
जयाचें असे गांव वेरूळ थोर ॥ ३१ ॥

प्रथम पुरुष मालोजी भोंसले.

साकी.

मुळची पाटिलकी होती हो कांहिं गांवची त्यास ॥
परि तो निज चातुर्यैकरुनी चढला लौकीकास ॥ ३२ ॥
बिजापुराच्या[12] यवननृपानें पांचहजार स्वार ॥
देउनियां त्यांवरती त्याला नेमियलें सरदार ॥ ३३ ॥

मालोजी हा चढला कैसा ध्या ऐकुनि प्रकार ॥
टाकुनियां मी विस्ताराला एथ सांगतों सार ॥ ३४ ॥

---

१ दगडाचा गोटा. २ समुद्राला. ३ नावेच्यायोगानें. ४ तरून जाण्यास कठिण अशा (हें अब्धीचें विशेषण). ५ अज्ञानानें. ६ बाहूनीं. ७ तरण्यास. ८ सुकवीचें यश मिळविण्याकरितां. ९ मंदबुद्धि असूनही (मी). १० तोडण्याजोगीं. ११ मोजा. १२ बिजापूरच्य पादशाहानें.

श्लोक.

कुलीं यादवांच्या लखोजी नृवीर,
असे ज्यास हो यावनाधार थोर ॥
तयासी असे स्नेह मालोजिचाही,
लखोजीहि त्याला मनांतूनि च्याही ॥ ३५ ॥

मालोजीचा स्नेही लखजी जाधव.

साकी.

एकेवर्षी यादवरायें वासंतोत्सव मोठा ॥
केला त्यासमयीं साहित्या नसे अल्पही तोटा ॥३६॥

एकदा लखजीवासंतोत्सव करितो.

श्लोक.

वसंतऋतु जैं क्रमेंकरुनि एकदा पातला,
वनीं उपवनीं तदा विपुल बार पुष्पां अला ॥
रसौलतरूंच्या शिरीं कुसुम मंजिऱ्या शोभती,
मरंदरसबिंदुचा व्रजे गळे तयां खालती ॥ ३७ ॥

वसंत ऋतूचें वर्णन.

वारा दक्षिण सुटला, करिति ते गुंजारवा मंजुला,
भृंगे, कोकिल पंचमासि, फुटले पाले नवे वंजुलीं ॥
वस्त्रें रंगित नेसल्या नववधू, गाती वसंता ध्रुवें,
नेवाळ्या फुटल्या प्रदोषसमयीं शोभे विधू वैभवें ॥३८॥

माळि लोक धरिती जँव मोटा, चाक वाजुनि निघे ध्वनि मोठा ॥
पाट चालति भरोमि जळाचे, पाहतां मन रमे सकळांचें ॥ ३९ ॥

---

१ यासच आलीकडे जाधव ह्मणतात. २ यवन पादशाहाचा. ३ आंब्याच्या. ४ पुष्परस. ५ समुदाय. ६ स्वरास (करिती). ७ अशोकवृक्षास. ८ तरणे गायक.

पुष्पावरी बैसलिभृंगराजी, शोभे वनामाजि मनोहरा जी ॥
तेंमंजुगुंजारव अंगनाचे,[4] हरीतसे धैर्य तदा मनाचें॥४०॥

मंडप छतें. सुरभिचा जंव उत्सव चालला, परमसुंदर मंडप घातला॥
विमल झालरि लावियलीं छतें, विपुल मंचकवृंदहि अर्च्छि तें ४१

बिछायत. सत्रंज्या अंथरोनि त्यावरि नवी देशी सुरंजी छिटी,
मोठीं जाहजिमें जयांवरि असे नानातऱ्हेची बुटी ॥
बाजूला दुसऱ्या तसे पसरिले चित्राकृती गालिचे,
अभ्रे घालुनि मांडिले मृदुमृदू तक्के कँपासी रुचे ॥ ४२ ।

आर्या.

मंडळीस आमंत्रण. आमंत्रणा करी मग, यादवपति तो समस्त मित्रांस,
त्या उत्सवास जाया, कोण धरिल कौतुकी मनिं त्रास?।४३

श्लोक.

पाटिल वगैरे येतात. आले पाटिल उत्सवास अवघे त्या देशिंचे सादरें,
भाचे मातुल सासरे व चुलते बंधू सगे सोयरे ॥
सोन्याच्या कुडक्या श्रुतींत उमद्या, हातांत साधी कडी
आंगीं आंगरखे झगे अणि शिरीं पागोटिं ही फांकडी।४४

१ भ्रमरपंक्ति. २ भ्रमराचा. ३ गोड ध्वनि. ४ स्त्रियांचे (ह्या षष्ठीचा अन्वय मनाशीं.) ५ वसंताचा. ६ स्वच्छ. ७ कापसाचे ८ लखजी जाधव. ९ कानांत.

आर्या.

नृत्यें[1] वारवधूंचीं[2], गायक जन करिति सुस्वर तनाना,
वाद्यांचा मंजुल रव, ऐशापरि रंजने करित नाना ॥४५॥

नाच व वाद्यें.

श्लोक.

गुलालाचे लाडू नर बहु खिलाडू उडविती,
सचैला देहाला अति अरुण रंगें भिजविती ॥
असा होळीचा ही क्रमित सण तो यादवपती,
यदाज्ञा[3] ऐकाया अनुचर[4] भयें सर्व जपती ॥ ४६ ॥

गुलाल व रंग खेळणें.

आर्या.

बापाच्या अंकावरि[5], बैसे येउनि तदा जिजाई[6]ही ॥
रूपाविपर्यां रतिशीं[7], जीतें तुळिजे[8] उदार कवि[9] ईहीं॥४७

लखजीची कन्या जिजाई ही सभेंत येऊन बापाजवळ बसते.

श्लोक.

मालोजि[10] हा आत्मसुता[11] समेत,
येवोनियां बैसत त्या सभेत ॥
कुमार[12] तो पाहुनि यादवानें,
तद्रूप[13] त्याच्या मनिं फार बाणे ॥ ४७ ॥

मालोजी हा आपला पुत्र शहाजी यास घेऊन त्या कचेरींत येतो.

भाळीं विशाळी कुटिलालकावळी[14],
नासा[15] जशी चंपकशाखिची[16] कळी ॥
ते गाल लाल स्फुटें[17] पंकजा[18]परी,
वक्त्रेंदु[19] शोभे न कलंक ज्यावरी ॥ ४८ ॥

शहाजीचें रूप वर्णन.

---

१ नाच. २ वेश्या. ३ ज्या लखजी जाधवाची आज्ञा. ४ सेवक. ५ मांडीवर. ६ लखजीच्या कन्येचें नांव. ७ मदनस्त्रीच्या बरोबर. ८ ताडिजे. ९ उदारकवि ह्यांनीं (तुळिजे.) १० मालोजीभोंसले. ११ आत्मसुत शाहाजी या सहवर्तमान. १२ शहाजी १३ शाहाजीचें रूप. १४ वक्रकेशाच्या पंक्ती. १५ नाक. १६ चाफ्याच्या कळीप्रमाणें. १७ विकसित १८ कमळाप्रमाणें. १९ मुखचंद्र.

कंठ ओंठ छाती बाहू.

कंबु[1]कंठ बहु सुंदर साजे,
ओष्ठ, बिंबफल[2]तुल्य विराजे ॥
ऊर[3] पीवर सुदीर्घ भुजांचें,[4]
युग्म[5] शोभतअसे बहु ज्याचें ॥ ४९ ॥

असें रूप पाहून शहाजी हा आपल्या कन्येस पति असावा असें लखजी इच्छितो.

स्वरूप बहुसुंदर स्फुट शहाजिचें देखुनी,
रतीश[6]हि अहर्निशीं झुरतसे स्वतांच्या मनीं ॥
विलोकुनि तया ह्मणे लखजियादव प्रीतिनें,
सुतेस वर हा मिळे जरि समर्चिली[7] श्री[8]हिनें[9] ॥ ५०

तो सभ्यांप्रत अभिप्राय कळवून त्याची संमति विचारितो

बोले तो प्रकट पती ययास केला,
सभ्यानों मम सुकुमार कन्यकेला ॥
सांगा हा मनिं तुमच्याहि मानतो कीं,
माझी तों रुचि बहु होय ह्याच तोकीं[10] ॥ ५१ ॥

सभ्य संमती देतात.

सभ्य बोलती फार उत्तम, अन्य जोडपें नाहिं यासम ॥
तूमची असे दिव्य आत्मजा, योग्य हा तिला नाहिंकीं दुजा ५

आर्या.

मालोजी बोलतो.

मालोजी बोले तें, यादवजी आजपासुन त्याही ॥
झाले मम विदित असो, वृद्धां सर्वां तसेंच नेण्यां ही॥५३

इकडे शहाजी व जिजाई हीं गुलाल खेळतात.

इतक्यांत तो शहाजी, जिजाइ ही प्रीतिनें बहु गुलाल
अन्योन्यावरि टाकिति, जेणें झाल्या तदीय तनु[12] लाल॥५४

---

१ शंखाकारिखा कंठ. २ तोंडली. ३ छाती. ४ पु
बाहूचें. ५ (युग्म) ६ मदन. ७ पूजिली. ८ महालक्ष्
(देवी). ९ कन्येनें. १० बाळकाविषयीं. ११ तरुणासही. १२ दे

हृदया उभयांच्या तैं, प्रेमें जी फार रक्तता[1] आली ॥
जाणों तीच गुलालव्याजें[2] बाहेरिही प्रकट झाली ॥ ५५ ॥

श्लोक.

ऐकोनि हें यादवरायपत्नी,
तया निवारी बहुतां प्रयत्नीं ॥
बोले तुह्मी हा अविचार केला,
संबंध हा योग्य न कन्यकेला ॥ ५६ ॥

हें वर्तमान समजून लखजीची बायको नाखूष होते.

वळवितें पतितें तँव अंतुरी[3],
बहुत दावुनि भाषणचातुरी ॥
युवति ती पतिची मग शुद्धि ने,
भ्रमति कोण न बाइलबुद्धिनें ? ॥ ५७ ॥

ती नवऱ्याला वळविते.

आर्या.

दुसऱ्या दिवसीं आला, मालोजी उत्सवें कचेरींत ॥
तँव यादवें फिरविली, स्त्रीविर्जितें पूर्व दिवसिंची रीत॥५८॥

लखजी बदलून पडतो.

श्लोक.

वदे यदु अह्मी वदूं सहज रीतिनें वैखरी,
प्रमोद तुमचाचि तो जरि गणाल तीं हो खरी ॥

निःकारपूर्वक मालोजीला बोलतो.

---

१ अनुरक्तता. पक्षीं तांबडेपणा. २ गुलालाच्या मिषानें. ३ स्त्री. ४ बायकोच्या आधीन. (हें यादवाचें विशेषण.) ५ लखजी. ६ वाणी. ७ चुकी. ८ वैखरी.

नृपाळकुळ आमुचें, तुह्मि तरी असा रंक[१] रे,
न हंसें[२] तनयेस दे बकसुतास[३] तों स्वे करें ॥५९॥

ती पाहुनी धिःकृति यादवाची,
सपुत्र तो[४] जाय गृहा तदाची ॥
वाणी यदूची बहु त्यांस जाँची,
झाली मनोवृत्ति सखेद जाची ॥ ६० ॥

आर्या.

तेव्हां जिजाई ही खिन्न होऊन

मालोजीचा ऐसा, केला धिःकार यादवें स्पष्ट ॥
पाहुनि त्यास जिजाई, पावे व्हृदयांत फार ती कष्ट ॥६१॥

श्लोक.

मनांत ह्मणते.

सखेद ती यादवराजकन्या, ह्मणे मनीं मी परमा अधन्या ॥
रूपें गुणें अन्वित जो[५] कुमार, त्यातें निषेधी मम तात फार ६२

ती घरीं जाते.

तेथूनियां ते सदनांत जाई,
तापें सुके जेवि वनांत जाई ॥
न भक्ष्य भोज्यादिकही रुचे तें,
चित्तीं तिच्या जैं विरहाग्नि चेते[६] ॥ ६३ ॥

तिला विरहदुःख होतें तो प्रकार.

मजवरी विधि[७] फारचि कोपला,
फिरविला पति जो घरिं[८] पातला ॥
परिस जेंवि करागत जातसे,
अमित दुःख तसें मज होतसे ॥ ६४ ॥

---

१ भिकारी. हें कर्तृपद. २ पक्षी. ३ बगळ्याच्या पुत्राकारणें. ४ मालोजी. ५ शाहाजी. ६ पेटे. ७ दैव. ८ हातांत आलेला (जातो.)

वपु[१] मियां दिधलेंच शहाजितें,
नचि मिळे इतराप्रति हें जि[२]तें ॥
मजवरी जबरी जननी करी,
तरि हि मी इतरा[३] न वरा वरी ॥ ६५ ॥

असा खेद अत्यंत ती सा[४]रसाक्षी,
करी त्यास हो चित्त तीचेंच साक्षी ॥
कळों नेदि मातापित्यालाहि कांहीं,
न ते जाणिलें आणिकां बायकांहीं ॥ ६६ ॥

तळमळी असि कां स्थळिँ मासळी,
रविकरें जशि वा सुकते कळी ॥
अनुदिनी तशि बाळमृ[५]गाक्षि ते,
मनिँ[६] मनोरथवल्लभ लक्षिते ॥ ६७ ॥

पडे भ्रांतिमाजी, न घे अन्नपाणी,
घडे विस्मृती, ती दिसे दीनवाणी ॥
न बोले सख्यांशीं, झुरे अंतरीं ती,
स्मराचे असे बाण पीडा करीती ॥ ६८ ॥

कुच तिचे भिजती जव ती रडे,
पडतसे बहु तोंड हि कोरडें ॥
चरण फारच कांपति चालतां,
करपली जशि दौ[७]ववशें लता ॥ ६९ ॥

---

१ देह. २ जीवंत. ३ हें वरा याचें विशेषण. ४ कमलनयना.
५ मृगबाळनयना. ६ मनांतला पति. ७ वणव्याच्या योगानें.

तनू चंदनाच्या उटीनेंचि भाजे,
अती उष्ण लागे विधूची प्रभा जे ॥
करीं कांकणें घातलीं पद्मिनीचीं,
तिहीं ही व्यथा वाढिजे तन्मनींची ॥ ७० ॥

स्थिति असी तिचि पाहुनियां सयो,
ह्मणति तूं झुरसी सखि कासया ॥
वद खरें पुरवूं तव कोडें[2] गे,
धरुनि धैर्य मनीं न कधीं डगे[3] ॥ ७१ ॥

ह्मणे ती सयांनो तुह्मां काय सांगों,
अगे मन्मथा[4] या खरें आग लागो ॥
यदारभ्य[5] तो देखिला म्यां शहाजी,
तदारभ्य[6] देतो व्यथा काम हा जी ॥ ७२ ॥

मला प्राप्त कैंचा पुन्हां तो कुमार,
बहू यातना देत चित्तास मार ॥
फुलें कोमलें घेतसें मी करानें,
तदा युक्त होतें व्यथेच्या भरानें ॥ ७३ ॥

---

[7]स्मरास्त्राणि पुष्पाणि, ऐसें पुराणीं,
असे उक्त, मिथ्या न ती व्यासवाणी ॥

---

१ सख्या. २ इच्छा. ३ घाबरूं नको. ४ कामाला. ५ जेव्हापासून. ६ तेव्हापासून. ७ जिजाई सारिख्या मुलीनें असें संस्कृत वाक्य बोलणें हें विशोभित दिसल्यास त्या ठिकाणी "फुलें हीं कामायुधें हें पुराणीं" असा प्राकृत पाठ योजितां येईल.

असें ऐकुनीयां सया बोधरीती,[1]
समाधान तीचें प्रयत्नें करीती ॥ ७४ ॥

अता धीर सोडूनको गे सखे तूं,
तुझा पूर्ण होईल तो शीघ्र हेतु ॥
मनीं चिंति गे अंबिकेच्या पदातें,
हरी जे त्वरें सेवितां आपदांतें ॥ ७५ ॥

आर्या.

नंतर ती गिरिजेच्या पादांतें सेवि तैं जिजाबाई ॥
इकडे मालोजीचें, झालेलं वृत्त ऐकुनी घेई ॥ ७६ ॥

श्लोक.

जो वेधिलासे यदुवाक्शरांनीं,[2]
मालोजि तो जाय तपास रानीं ॥
उपोषणाचा दृढ नेम केला,
चित्तीं धरी तो जगदंबिकेला ॥ ७७ ॥

मालोजी वनी गेल्यावरचें त्या चें वर्तमान.

तो भवानीचें आराधन करितो.

सोसीत वर्षा[3] अणि आतपाला,[4]
भक्षीतसे पक्क[5] वनांत पाला ॥
करोनियां निश्चय तो मनांत,
देवीस सेवी गिरिकाननांत ॥ ७८ ॥

तो प्रकार.

मालोजि तो पूजित अंबिकेला,
तिच्या कृपेसाठिंच जो भुकेला ॥

---

१ बोधरीतीनें. २ लखजीच्या शब्दबाणानां (विद्ध झालेला). ३ पाऊस. ४ ऊन्ह. ५ हें पाल्याचें विशेषण.

अहर्निशीं ध्यास धरी तियेचा,
जी अंबुधी थोर असे दयेचा ॥ ७९ ॥

ह्मणे अई मी शरणार्थि आहें ,
दयार्द्रदृष्टया मज तूंच पाहे ॥
तूं वांचुनी तारक नाहिं योला,
न पार ज्याच्या भवजा भयाला ॥८०॥

ऐशापरी प्रार्थित तो भवानी,
पुनःपुन्हां तद्गुणवृंद वानी ॥
प्रेमे तयाचा बहु कंठ दाटे,
देहीं उभे राहति रोमकांटे ॥ ८१ ॥

ती त्यास प्रसन्न होऊन बोलते.

प्रसन्न झाली जगदंबिकाही,
अदेय जीला भुवनीं न कांही ॥
ती मस्तकीं ठेवुनियां करातें,
मालोजिला दे मनिंच्या वरातें ॥ ८२ ॥

वत्सा तुझ्या भक्ति करोनि तुष्ट,
झालें, तुझें होइल बा अभीष्ट ॥
देती तुला जे नर फार कष्ट,
जातील ते सर्व लयास दुष्ट ॥ ८३ ॥

---

१ समुद्र. २ मज. ३ संसार जन्य भय याला. ४ भवानीला ५. वर्णी (भवानीचे गुणास.)

सन्मौक्तिकाच्या परि दिव्य वीर,
वंशीं[2] तुझ्या होइल युद्ध धीर ॥
गोब्राह्मणांचा प्रतिपाळकर्ता,
तैसा प्रजादुःखविपत्तिहर्ता ॥ ॥ ८४ ॥

तुझ्या वंशात एक महाप्रतापी राजा होईल.

नक्षत्र[3]संख्याक नृपाळमाळा,
कुळीं तुझ्या होइल जाण बाळा ॥
देऊनि ऐसा वर त्यास कौळी,
अदृश्य झाली मग त्या सकाळीं ॥ ८५ ॥

य सत्तावीस पिढ्यापर्यंत राज्य चालेल असा वर देते.

भवानिच्या पावुनियां वराला,
आला वनांतूनि पुन्हा घराला ॥
शुष्का सरा जेवि सुवृष्टितोयें ॥
वृद्धी तसी चित्तिं सुखा वरें ये ॥ ८६ ॥

मालोजी परत घरीं येतो.

तत्काळ त्याला अनुकूल झाले,
रिपू, तयाचे भय सर्व गेलें ॥
आलीं धनें त्यां तरि तो न यांची,
झाली कृपा यावनराजयाची ॥ ८७ ॥

तो संपत्तिमान होतो.

बहुत आड तडागाहि बांधिले,
विपुल दान धराविबुधां दिलें ॥
अमित वेंचुनियां धन, सुंदरें,
निजपुरीं रचिलीं सुरमंदिरें ॥ ८८ ॥

तो मोठा दानधर्म करितो.

---

१ उत्तम मोत्यासारिखा. २ वंशीं कुळांत. पक्षीं वेळू. वेळूत मोतीं होतात असी प्रसिद्धि आहे. ३ सत्तावीस. ४ भवानी. ५ कोरड्या सरोवराला. ६ वृष्टीच्या पाण्यानें. ७ सुखाला. ८ वराच्या योगानें. ९ येती झाली (मालोजीच्या चित्तीं). १० न याचना करी. ११ यवनराजाची. १२ ब्राह्मणांकारणें. १३ देवालयें.

[illegible] ॥

हें ऐकोनी तुष्ट झाली जिजाई,
हृदेशीं तो हर्षसिंधू न माई ॥ ९० ॥

आनंदबाष्पें नयनांतुनीं तीं,
जिजाइच्या तैं अनिवार येती ॥
हृदंतरीं[2] जो बहुपूर दाटे,
बाहेर येतो जणुं त्याचें[3] वाटे ॥ ९१ ॥

पादशाहाच्या आज्ञेनें जिजाईस शहाजीस दिली.

नृपाज्ञेनें[4] अर्पी यदुकुलपती आत्मतनया,[5]
तयाच्या पुत्राला,[6] न भुवनिं[7] जयाच्या मिति[8] नया[9] ॥
समारंभें केला विधियुत विवाह प्रकट तो,
विधीच्या सांमुख्यें[10] सुरगणहि कार्यार्थ झटतो[11] ॥९२॥

ज्याचा तात असे सदाशिव कृती, माता सती पार्वती,
गांव त्र्यंबक हें गणेश अभिधा लेलें उपारव्याहि ती ॥
त्यानें निर्मियलें शिवाजिवरि तें काव्य श्रमानें महा,
त्याच्या ह्या पहिल्या रसाळ बुधहो सर्गा कृपेनें पहा ॥९३॥

ह्या प्रकारें हा श्रीशिवाजिचरित्राख्य काव्याचा प्रथम सर्ग समाप्त झाला.

---

१ लक्ष्मीची. २ हृदयांत. ३ नेत्रद्वारानें. ४ बिजापुरच्या पादशहाच्या आज्ञेनें. ५ लखजीजाधव. ६ शहाजीला. ७ गणना. ८ नीतीला. ९ दैवाच्या. १० अनुकूलतेनें. ११ झटतो.

साक्या.

लग्नाच्या उत्सवार्थ केला, मंडप तैं अतिथोर ॥
पटमयभिंतीवरी काढिले, राघू मैना मोर ॥ १ ॥ — शहाजीच्या लग्नाचा समारंभ. मंडप.

दुसरीं चित्रें चित्र विचित्रें, लिहिलीं सुंदर तेथें ॥
छतें भरजरी रम्य झालरी, लावियल्या बहु जेथें ॥ २ ॥ — चित्रें. झालरीवगैरे.

गोधूळीच्या वेळीं दीपा-वळी, लाविल्या फार ॥
हंड्या झुंबरें कांचकिलेरें, याहुनि तेज अपार ॥ ३ ॥ — दिवे वगैरे रोषनाई.

वारवधूंचे नाच चालले, बहुविध ठांईं ठांईं ॥
वाजत गाजत मिरवत अणितां, मंडपास जांवाई ॥ ४ ॥ — नाच.

हत्तीवरती साहिबें नौबद, डंका, ढालें, अघाडी ॥
तुडुमू नगारे, तासे मर्फे, गायन करिती धोंडी ॥ ५ ॥ — वाद्यें.

धोंधीं करणे वाजति होईं, वाजंत्र्यांचा बाजा ॥
ऐकोनीयां भीती भितरे, तोफांच्या आवाजा ॥ ६ ॥ — तोफांचे आवाज.

भूषित योषित्वृंद चालिले, वरामागुनी दिव्य ॥
मनीं खुशाली शाल दुशाली, अंगावरीं भव्य ॥ ७ ॥ — मिरवणूक. स्त्रियांचें वर्णन.

---

१ कनातीवर. २ सायंकाळी. ३ मोठी नौबद. ४ अघाडीस चालणारें निशाण. ५ स्वारीपुढें गाणारे. ६ भूषणें घातलेल्या बायकांचा समुदाय.

त्यांचे अलंकार.

रौप्यजोडवीं, फुलें शेंयती, तोडे पैंजण पांयीं ॥
कंबरपट्टे[1] स्वर्णघटित तद्वत, मंजुलसा होई ॥ ८ ॥

रत्नखचित कांकणें, गोठही, जाड पाटल्या, तोडे ॥
वांकडवेळांवरि हिरे ते, नहो झळकती थोडे ॥ ९ ॥

गळां हार मोत्यांचीं पेडीं, सऱ्या ठुशा गुजराती ॥
कानींच्या कापांची कांती, शोभा दे गाला ती ॥१०॥

बहादुऱ्या आणि टिका हिऱ्यांच्या, तुरे नथेवरि तीन ॥
विशाळ डोळे कृष्णे[2] काजळें[3], फिरती जैसे मीन[4] ॥११॥

शिरीं राखड्या खडे ज्यांवरी, नाग पुढें घालूनी ॥
भांगीं सुभगीं गुलाल भरिला, मन हारे पाहूनी ॥१२॥

मुळीं[5] युवति त्या रूपवत्या वरि, वस्त्रालंकृति रम्य ॥
त्यांतहि जबरा नखरा मग त्या, न नरा कोणा कांम्य[6]?॥१३॥

मंद मंद सुंदरी यापरी, चालति त्या मार्गांत ॥
त्यांना लाजुनि जणूं अप्सरा, लपल्या सुरलोकांत ॥१४॥

आर्या.

शहरांतील नायका वर पाहायास येतात.

जातां वर[7] मार्गांतुनि, गृहकृत्यें सोडुनी तदा युवती ॥
येती दारापासीं, पाहायाला तयीं सुशीघ्रगती ॥१५॥

---

1 कंबरपट्ट्याचा शब्द. २ काळे (हें डोळ्याचें विशेषण.) ३ काजळाच्या योगानें. ४ मासे. ५ मळच्या तरण्या त्यांत रूपवान त्यावर वस्त्र भूषणानीं रमणीय त्यावर आणखी नखरा. ६ इच्छा ठेवण्या जोग्या. ७ शहाजीला.

कोणी नारी पाजितां लेंकराला,[1]
टाकोनी त्यां पाहुं आली वराला ॥
तीच्या वाहे दुग्ध जें कां स्तनाचें,
जाणे ना तें भान गेलें मनाचें[2] ॥ १६ ॥

कोणी लेंकराला पाजितांना आली.

—

वेणी घालित होति कोणि तंव तो ऐकूनि वाद्यध्वनी,
हातीं पेड तसीचि धांवत अली पाहावया लागुनी ॥
कोणी स्नान करूनि पातळ नवें तैं नेसतानां भली,
हातांमाजि निऱ्या तशाच धरूनी ती संभ्रमे पातली ॥१७॥

कोणी वेणी घालताना आली.
कोणी वस्त्र नेसताना आली.

—

वस्तांचा मज दे डबा ह्मणुनियां कोणी वदे दासिला,
भक्ष्यांचाच तिणे[3] सुसंभ्रमवशें तीतें अणोनी दिला ॥
तो ती पाहतसे वरा सुवदना त्यां[4] घेउनीयां करीं,
काढी त्यांतुनि राखडी ह्मणुनि तों हातीं तिच्या ये पुरी।१८।

कोणी दासीपासून डबा घेऊन दाभिने घ्यायास गेली तों तिच्या हातीं पुरीच आली.

—

सौधाग्रीं[6] व्रजैं[7] बसला पुरस्त्रियांचा,[8]
पाहाया मुखविधु तो शहाजियाचा ॥
नेत्रेंदीवरयुगलें तयेंचि काळीं,
त्यांचीं तीं अतिकुतुकें प्रफुल्ल झालीं ॥१९॥

—

१ लेंकराळा. २ तिच्यामनाचें. ३ दासीनें. ४ डब्याला घेऊन (हातांत.) ५ एक पक्वान्न (तेंच हातीं येई.) ६ गच्चीवरून. ७ समुदाय. ८ शहरच्या बायकांचा.

रूपकातिशयोक्ति (शहाजीचें मुख व गच्चीवरील स्त्रियांचे डोळे यांवर.)

असे सुधांशू[1] गगनोर्ध्वदेशीं,
इंदीवरें[2] होति अधःप्रदेशीं ॥
स्थिती विलोकूनि विलोमें[3] त्यांची,
झालीं मनें विस्मित पाहत्यांचीं[4] ॥ २० ॥

फुलांच्या वेण्या केशांत बांधिल्या त्यावर उत्प्रेक्षा.

मदनें[5]शर तनूला पीडिती सर्वकाळीं,
ह्मणुनि युवति साऱ्या क्रोधक्षुब्धा सकाळीं ॥
निजशिरिं कचबंधें पुष्पमाल्यास हातें,
बळकट मज वाटे बांधिती स्वस्थचित्तें ॥ २१ ॥

नगरावर बागाचें रूपक.

पुरप्रदेश स्फुट हाचि बाग,
सौधें जयामाजि लताचि चांग ॥
त्यांचे वरि स्त्रीवदनें फुलें तीं,
नेत्रें तिथें षट्पद[6] भासती तीं ॥ २२ ॥

पौरस्त्रिया शहाजीचें रूप वर्णितात.
भाळ. मुख.

विशाळ याचें बहु भाळ आहे,
ह्मणोनि सद्भाग्यचि दीसताहे ॥
हें वक्त्र तों इंदुचि दूसरा हो,
आजन्म गे हा सुखरूप राहो ॥ २३ ॥

नेत्र भुज उर वर्णन.

प्रफुल्लितें जेंवि सहस्रपत्रें[7], तेंवी जयाचीं सुमनोज्ञ[8] नेत्रें ॥
दोर्दंड हे स्तंभयुगासमान, भुजांतरोला[9] न असेचि मान[10]।२४।

१–२ एथें सुधांशु आणि इंदीवरें ह्या उपमानवाचक शब्दांनींच क्रमानें शहाजीचें मुख व पुरस्त्रियांचीं नेत्रें ह्या उपमेयांचें ग्रहण होतें ह्मणून रूपकातिशयोक्ति. ३ उरफाटी. ४ पाहाणाऱ्यांचीं. ५ कामाचे बाण (फुलें.) ६ भ्रमर. ७ कमळें. ८ सुंदर. ९ वक्षःस्थळाला. १० परिमाण.

बाइ हा वर बहू सुकुमार, याहुनी अधिक कोठुनि मार[1] ॥
मन्मथा रति तशीच जिजाई, योग्य यांत नच संशय कांहीं २५

यापरी वदति जों पुरनारी, तों अला वरहि मंडपदारीं ॥
वाहनावरुनियां उतरोनी, आसनीं पुजिति त्या बसवोनी २६

वर मंडपाशीं येऊन वाहनावरून उतरून आसनावर बसतो.

आर्या.

जातां मूळ वराला, मंगल उपचार लोकरी तीला ॥
वधुला नारी करिती, अनुसरुनी सर्वलोकरीतीला[2] ॥२७॥

श्लोक.

अंगास लाऊनि सुगंधतेला, माता स्वयें न्हाणितसे सुतेला ॥
टेंकूनियां कुंकुमही कपाळीं, शृंगारिली तैं यदुराजबाळी[3] २८

वधूकडील वृत्त. तिचें मंगलस्नान.

वेणी गुंफुनि नागिणीपरि नगां घालूनियां मस्तकीं,
भांगीं शेंदुर भाळिं कुंकुमचिरी बिंदी हिऱ्याची निकी ॥
कानीं तानवडें तसीच नथही नाकीं टिकेची खरी,
कंठीं सुंदर हार रत्नमय तो तैसीच घाली सरी ॥ २९ ॥

वेणी फणी. अलंकार.

मोठे गोट सुकंकणें करयुगीं तोडे, जवे, पाटल्या,
घाली छंदहि बाजुबंद बरवे बोटीं मुद्या दाटल्या ॥
पांयीं पैंजण जोडवीं कटितटीं शोभे बरी मेखला,
अंगीं कंचुकि तंग नेसलि असे उंचा पटू[4] चांगला ॥३०॥

---

१ मदन. २ लोकांच्या चालीला. हें अनुसरुनी याचें कर्म.
३ जिजाबाई. ४ पटवस्त्र (विवाहांतील) जिजाईचें सालंकृति कन्यादान केलें म्हणून अलंकार वर्णिले.

तिळकवर्णन.

चंद्रीं कलंक अथवा कमलीं सुभृंग,
शोभे तसा यदुसुतावदनीं सुरंग ॥
मोठा खुला तिलक नूतन कस्तुरीचा,
जो रेखिला मुकुरें पाहुनियांच साचा ॥

मुखादि वर्णन (रूपक सावयव.)

तें आनन स्पष्ट विधूच साजे, जें गोंधिलें तोंचि कल
जे केश ते ध्वांतचि हो गणावे, चंद्रोदयीं जें हटते स्व

नयनवर्णन.

वर्णांचा विपरीत भाव नयना आला तरी निश्चयें
पावेना विपरीतता नयन तें जाणोनि कोणी नये
साम्याला झषपंकजादि, ह्मणुनी वेत्ते रसाचे स्वयें
अत्युत्कृष्ट असे सभेत ह्मणती त्यांच्या द्वया निर्भयें

मध्य, नाभी, त्रिवळी, स्तन, कंठ, मुख, नेत्र, केश, यांचें रूपकातिशयोक्तिनें वर्णन.

आकाशांत सुवापिका, तिजवरी सोपानपंक्ती बरं
सोपानावरि पर्वतद्वय तयाहूनीहि कंबूवरी, ॥
त्या कंबूवरि पद्म एक विलसे, पद्मांत पंकेरुहें,
रम्यें दोन, तयांवरी घन असे आश्चर्य लोकीं न हे

---

१ सुंदर. हें तिळकाचें विशेषण. २ आरसा. ३ आध
ह्मणजे अक्षर व रंग. ५ विपरीतता. ६ कोणी झष
७ येईना. याचा अन्वय साम्याला ह्याशीं. ८ मत्स्य
९ नयनाच्या द्वयाला नयन ह्यांतील वर्णांची स्थिति उल
तरी त्याचें स्वरूप नयन असेंच राहातें व रंग फिरला तर
जात नाहीं तसें झषपंकज ह्मणजे मीन कमल यांचें होत न
त्यांचें साम्य नयनास येत नाहीं हा श्लोकार्थ होय. १०
११ नाभी. १२ त्रिवळी. १३ कुचद्वय. १४ कंठ. १५ मुख

कटितटी बहु सूक्ष्म विलोकुनी, | कटी व गति
मृगपती[1] लपती वनिँ जाउनी ॥ | यांचें वर्णन.
जँव तिची गति उद्धत पाहती,
निजमने गज विस्मय वाहती ॥ ३५ ॥

तिचें नितंबस्थळ जाड फार, ह्मणोनि त्याचा बहु होय भार॥ | नितंब व मां-
टेंके तया कर्दळिखांब हे कीं, ते ऊरु[2] ऐसेचि न कोण शंकी ३६ | ड्या यांचें वर्णन.

रतीपरी ती युवती सभांतरीं, | वधू सभेंत येते.
तिच्या सख्या घेउनि येति सत्वरी ॥
येतांचि तीच्या मुखचंद्रवीक्षणीं,
चकोर झाले जननेत्र तेक्षणीं ॥ ३७ ॥

ठमकत सुगतीनें पातली नोवरी ते, | व वराच्या
पतिगळिँ कुसुमस्त्रक् घालुनीयां वरीते ॥ | गळयांत माळ
बहुविध तंव वाद्यें वाजलीं त्या सुकाळीं, | घालिते.
तसि सकळजनानीं वाजवीलीच टाळी ॥ ३८ ॥

आर्या.

कन्यादानविधी मग, आटपुनी त्या वधूवरा क्षिप्र[3] ॥ | कन्यादान.
नेउनियां वेदीवरि, लाजाहोमादि करविती विप्र ॥३९॥ | लाजाहोम.

रतिमन्मथापरी तो, जोडा देखुनि जिजाशहाजीचा ॥
झाली हर्षर्धि[4] जनां, नच लागे अंत पाहतां जीचा॥४०॥

---

१ सिंह. २ मांड्या. ३ शीघ्र. ४ हर्षवृद्धि.

आर्या.

मुलीबरोबर आंदण.

ऐसें विवाहमंगल, च्यार दिवस जाहलें अनुत्तमसें ॥
दासीदास धनादिक, आंदण दिधलें तयास गणति नसे ४३

श्लोक.

विवाहोत्सव समाप्ति.

झाला विवाहोत्सव पूर्ण यापरी,
गेले वऱ्हाडी अपुल्या घरोघरीं ॥
तीं नांदती स्वीयगृहीं वधूवरें,
भोगीत भोगां बहु सौख्यनिर्भरें ॥ ४४ ॥

जिजाईचें प्रथम गर्भधारण.

जाली सगर्भा मग हो जिजा ते, इच्छीत जीजी मनिं वस्तुजातें॥
देऊनि तीतीं तिजला पती तो, मनोरथा पूर्ण तिच्या करीतो ४५

प्रथम पुत्र संभाजी.

नऊ मास होतांच सत्पुत्र जाला,
तयीं वाटला तोष बापा अजाला ॥
तयाचें करीती तदा जातकर्मा,
तसें ठेविती नामही शंभुवर्मा ॥ ४६ ॥

---

१ सभासदांला. २ याचक व मित्र. ३ शिष्टास. ४ अत्युत्कृष्ट. ५ पदार्थसमुदाय.

पुनर्गर्भधारण. डोहळे.

पुनरपिहि जिजाई जाहली गर्भधारी,
तंव तिस मनिं वांछा होति नानाप्रकारी ॥
वदेत[1] कधिंकधीं ती शस्त्र धारें अणूनी,
मुळ खळयवनांचें टाकितों मी खणूनी ॥ ४७॥

द्विजगणां अणि पाळिन गोधनां,
सदेवनीं[2] बहु वेंचिन मी धना ॥
निजजनासहि देइन सोहळे,
तिस अशापरि वाटति डोहळे ॥ ४८ ॥

गर्भारपणामुळें अशक्त होऊन जिजाई थोडेच दागिने अंगावर घाली त्या शोभेचें सदृष्टांन वर्णन.

शरीर तंव जाहलें कृश, मुखीं अली पांडुता,
न घालि बहु भूषणें जड ह्मणुनि ती योषिता ॥
प्रभातसमयीं जसी विरलतारका[3] शर्वरी[4],
कृशाभ[5]विधुमंडलें तसि दिसे तदा सुंदरी॥४९॥

माती खाण्यावर उत्प्रेक्षा.

तदीय तनय[6] क्षितिप्रति यथेच्छ भोगील हा,
त्रिविष्टप[7] जसा बळी सकळ भोगितो वृत्रहा[8] ॥
ह्मणूनि जणुं वासना धरित मृत्तिकाभक्षणीं,
त्यजूनि मधुरादिकां रुचिकरां रसां गर्भिणी॥५०॥

---

१ अवतारी पुरुष गर्भांत असतां गर्भिणी स्त्रिया तद्भावीकृत्याचें अनुकरण करून बोलतात असी पुराणप्रसिद्धि आहे तीस अनुसरून हे डोहळे वर्णिले आहेत ह्मणूनच टाकितो इत्यादि पुन्निर्देश केला आहे. २ साधूंच्या रक्षणांत. ३ थोड्या आहेत तारा जीच्या ठायीं असी. ४ रात्रौ. ५ क्षीणतेज असें चंद्रबिंब. ६ जिजाईचा पुत्र. ७ स्वर्गास. ८ इंद्र.

त्यावरच प्रकारांतरानें उत्प्रेक्षा.

अथवा॥मातीची घडली असे क्षिति तिला भोगील माझा सुत
जिंकोनी सकलाँ बलाढ्य धरणीपालांस कीं निश्चित।
वाटे मानुनि यापरीच इतराँ टाकूनि साऱ्याँ रसां ॥
माती खातअसे जिजा अनुदिनीं होवोनि गर्भालसा ५१

शिवाजीचें जन्मकालवर्णन.

दशम मास असा जंव लागला,
प्रसवली* सुत फारचि चांगला ॥
समय तो अति उत्तम कीं असे,
भुवन सर्व सुमंगलसें दिसे ॥ ५२ ॥

प्रसन्न जाल्या सकला दिशा नभ[1],
प्रशांत तैसा तरणी[2]हि सुप्रभ ॥
समीर ते मंद सुगंध वाहती,
असीं सुचिन्हें जन सर्व पाहती ॥ ५३ ॥

शहाजीला पुत्रजन्मकथन.

दासी तदा नंदनजन्मवार्त्ता, सांगावया पातलि संभ्रमार्त्ता ॥
तिला सुवस्त्रादिक दे शहाजी, आनंद झालाँ बहुतो महाजी ५४

वाद्यगजर.

पुत्रजन्मसमयास दुंदुभी, वाजती तँव महाध्वनी नभीं[3] ॥
ऊठती जलदघोष ते जसे, पार वाद्यगजरास तैं नसे ।५५।

शिवाजीचें जातकर्म.

शहाजि तो स्नानकरोनि आला, करीतयाकाळिंच जातकाला॥
बोलावुनी ब्राह्मण मंडळीस, दे दक्षिणा हेम सुवासिनीस ५६

आर्या.

*पंचाशीं एक कमें, पन्नाशीं शालिवाह शककालीं ॥
वैशाख शुक्लपक्षीं तृतीय तिथिला शिवाजिजननि झाली ॥१॥

१ आकाश. २ सूर्य. ३ आकाशात.

ज्योतिषी करूनि तें गणितास, सांगती ग्रहफलें वडिलांस ॥ जोशी मुळाची ग्रहफळें सांगतात.
सावधानमन होउनि तातें, ऐकिलें सकल तद्वचनातें ॥५७॥

केंद्रीं[1] पुण्यें[2] अनस्तें[3] खेचर[4] निजागारांशतुंगस्थलीं[5],
षष्ठीं[6] पापें[7] असे, असा न दुसरा झाला कधीं ह्या कुळीं ॥
राजा होइल हा, बलिष्ठ रिपुला जिंकील युद्धीं स्वयें,
किल्ले बांधिल, चोरटे पळुनियां जातील याच्या भयें[8]॥५८॥

अंतर्बाह्य शुची, मुखांत मधुरा वाणी जयाच्या खरी,
चित्तीं उत्सव सर्वदा, न अळसी ह्यो[9] मातृभक्ती बरो ॥
मित्राचे उपकार सर्व, रिपुचें कौटिल्य, तें मानसीं,
सारावेळ धरील, बोलि यवनी जाणेलें[10] हा फारसी[11] ॥५९॥

विप्रा गोधनभूमिहेमवसनालंकारवर्षाशना,
देईल स्फुट, दानशूर, धरुनी चित्तांत सद्वासना ॥
आली ज्ञानतपें करूनि बरवी लोकांस[12] ज्यां वृद्धता ॥
त्यांच्या उत्तमसेवनें प्रभुपदीं[13] शोभेल हा तत्वतां ॥ ६० ॥

'सतांच्या रक्षेला करिल' असतांच्याहि विलया,
अपारप्रेमानें गुरुभजनिं लावील हृदया ॥
त्यजिल क्रोधादि प्रबळ रिपुवर्गास निखिला,
विचारी, सद्वृत्त, स्मृतिपटु, असा होइल भला ॥ ६१ ॥

---

१ प्रथम चतुर्थ सप्तम दशम स्थानीं. २ शुक्रादि शुभग्रह. ३. उदित. ४ ग्रह. ५. स्वकीय राशि, अंश, व उच्च ह्या स्थानीं. ६ लग्नापासून साहव्या घरीं. ७ मंगळादि पापग्रह. ८ भोंसल्याच्या यशात. ९ ह्या शिशूला मातृभक्ति होईल. १०–११ फारसी भाषा समजेल. १२ श्रीरामदासादिकांस. १३ राज्यपदीं.

स्मृत्यर्थी अनुलक्षुनी करिल हा स्वार्थी नवे कायदे,
त्या योगें सहजांत होतिल जनां नानापरी फायदे ॥
जीवाला अपुल्यां अनेकसमयीं रक्षील हा युक्तिनें,
देवीचा वर मेळवील तिजला आराधुनी भक्तिनें॥ ६२

शूरांच्या विभुंच्या विशालें चरिता ऐकेल अत्यादरें,
म्लेंच्छाच्या अटकेंतुनी चतुरतायोगें सुटेल त्वरें ॥
भार्या चार करील, थोडिंच मुलें होतील याला बरीं,
आयुर्मान नसे महत्, चपलता भारी मनोभ्यंतरीं ॥६३

अर्धेनग्न अरण्यवासि बहुधा, त्यांची यया संगती,
होऊनी महती मिळेल विपुला तैसी सुराज्यस्थिती ॥
शीतोष्णादिक सोसुनी बहुविधें राज्यार्थ हा साहसें,
कर्मे थोर करील खेचरबळें ऐसें अह्मातें दिसे ॥ ६४

त्याचें नाव शिवाजी ठेवितात. तें नाव ठेवण्याचें कारण.

हा देईल जनां अपार शिवं हो तैसीं रिपूंचीं पुरें,
जाळूनी क्षय पाववील शिवसा मोठ्या बळाच्या भरें।
ऐसीं दोनहि कारणें धरुनियां जोसी दिनीं द्वादशीं,
देती त्या शिशुला यथार्थ अभिधा प्रेमें शिवाजी असी।

शिवाजी हें नाव ठेवण्याचें दुसरें कारण.

जेथें फार शिवां तरू शिवनदी आहेत, त्या अद्रिला,
संज्ञा श्रीशिवनेरि ठेविलि बुधीं मोठा नगीं मानिला।

---

१ मनु याज्ञवल्क्यादि स्मृतींस. २ कौरवपांडवांच्या. ३ दे
च्या. ४ भारतभागवतादि ग्रंथा. ५ हेटकरी व मावळे. ६ ज
काळच्या महाच्या बळानें. ७ कल्याण. ८ शंकरासारखा पु
जाळणारा. येथें श्लेष आहे ९ अन्वर्थ. १० हिरडे व आयळी य
झाडें व शिवनदी. ११ पर्वत मंडळींत.

तेथें हा मुलगा शिवाशुभवरें झाला जनी यास्तव,
याचें नांव शिवाजि या शिवें असो कार्यामधें वास्तव ॥६६॥

जोइयांच्या वचनासि ऐकुनि अशा तोषास पावोनियां,
वांटी होन पिता बहूत पुतळ्या तैं मोहरांच्या चया ॥
शाली, मौक्तिकहार, हेमकटकें, विद्वद्वरां मुद्रिका,
देई गांव इनाम एक गणका तत्काळ मोठा निका ॥६७॥

शहाजी दक्षिणा वस्त्रभूषणादि वांटितो.

निजेलें असें लेंकरू दिव्यसेजे,
पडे पाळणें रम्य तेव्हां दिसे जें ॥
वरी मस्तका ऊचलोनी, बळानें,
सराया पुढें पाहिजे कीं उरानें ॥ ६८ ॥

शिवाजीचें शिशुत्ववर्णन.

अन्नप्राशनवासरीं सुजननी वस्तू बहू मांडिती,
रांगूनी मुलगा जियेस शिवतो त्यां अन्वयें कल्पिती ॥
वृत्ती अग्रिम, तो शिवाजि शिवला खड्गास चापा शरा,
टाकारूनि दिशा विलोकि सगळ्या तेथें फिरे गर्गरा ॥६९॥

अन्नप्राशन संस्कार.

रांगे तसा बाळ उभाही राहि, धरोनियां भिंतिस तो करांहीं॥
हळूहळू टाकित पावलातें, दायी क्वचित् चालवित्या मुलातें ७०

रांगणें व चालूं लागणें.

बाळ्या कर्णयुगीं, शिरीं बिजवरा सन्मौक्तिकीं साजरा,
कंठीं वाघनखें सुवर्णघटितें, मध्यें जयांच्या हिरा ॥

बाळ लेणें.

---

१ तेथें शिवा नामक देवी आहे तिच्याप्रसादानें. २ मंगल, ३ सोन्याचें एक नाणें आहे. ४ पंडितांस व वैदिकांस. ५ हा एक लेंकरास संस्कार करितात त्या दिवशीं. ६–७ ज्या पदार्थाला लेंकरूं हात लावितें तदनुसार. ८–९ पुढील उपजीविका.

बोटीं रत्नमुद्या, करीं मणगऱ्या, वेळा भुजीं वांकड्या,
कर्गोटा कंमरेस ती रुणझुणीं, वाळे, पदीं तोरड्या ॥७१॥

असी शुक्लपक्षीं विधूची कला हे,
दिनानुक्रमें कांतिवृद्धीस लाहे ॥
तसी वाढुं लागे तनू बाळकाची,
जिला शोभवी कांति भूषादिकांची ॥ ७२ ॥

शिवाजी बोलूं लागतो.

मग हळु हळु बोले बोबडी गोडवाणी,
करि नवनव लीला नित्य गोजीरवाणी ॥
हँसत तँव दिसे ते कोमला दंतेराजी,
घडिघडि विद्युल्लांच्या तीव्र दे अंतरा जी ॥७३॥

बाळस्वभाव भोजन.

माता स्वतां घालित भोजनास, पळे मुखीं घेउनि एक घांस॥
धरे तदा येउनि घे दुजाला, आनंद ती पाहुनि सर्व जाला ७४

बाळक्रीडा.

पाहूनियां तो जव थोर झाला, क्रीडार्थ बोलावि कुमार जाला॥
होवोनियांआपणभूमिपाळ, मंत्रीशिपायी, करि अन्यबाळ ७५

शेंडी राखणें. विद्यारंभ.

चूडादी ते सर्व संस्कार यानें, केले मोठ्या आदरानें पित्यानें।
पंतोजीला ठेउनीयां मुलातें, लावीयेलें अक्षरा शीकण्यातें ७६

आर्या.

दिवस दिवस अशापरि, वाढे तो दिव्य बाळ शिवराय ॥
पाहुनियां पितराज्या, हृदयांतरिं हर्षसिंधु न समाय ॥७७॥

---

१ पावे. २ दंतपंक्ति. ३ मुलांची मंडळी. ४ आपण राजा होई. ५ दुसऱ्या मुलांस प्रधान व शिपायी करी.

श्लोक.

शिशुत्व[1] कमती पडे अणि चढे तदा यौवैन[2],
तनूवरि, बघूनि जा रमतसे जनाचें मन ॥
वनीं शिशिरें[3] सपतां ऋतु वसंत जों येतसे,
तयीं तैरुगणां[4] जसी बहु अपूर्व शोभा दिसे ॥ ७८ ॥

शिवाजीचें तारुण्यारंभव- र्णन सदृष्टांत.

साक्या.

बिजापुर नगराचा नृपती, यवनचि जों जातीचा ॥
शाहाजी हा आश्रित होता, बापापासुनि त्याचा ॥ ७९ ॥

शहाजीची थो- डी गोष्ट.

यवन नृपाला युद्धादिक तें, प्रसंग होयी प्राप्त ॥
तदा शहाजी साह्य करी त्या, जैसा त्याचा आप्त॥८०॥

बहुत करुनि तो बिजापुरांतचि, झालासे रहिवासी ॥
ज्येष्ठ पुत्र जो शंभु तयाचा, राहे त्याच्यापाशीं ॥८१॥

प्राय: तो बि- जापुरचि राही.

पुंण्य[5] नगर हें शाहाजीच्या, होतें अधिकारांत ॥
त्याची सत्ता दिधली एका, विप्राच्या हातांत॥ ८२ ॥

शहाजीनें.

दादोजी ही प्रसिद्ध अभिधा, होती त्या विप्राला ॥
नाहीं दिसली कधींच उपमा, ज्याच्या चातुर्याला८३

आर्या.

पुंण्य ग्रामीं दिधलें, बांधुनि पुत्रास सौध त्यासि खरें ॥
ज्याचीं स्पर्धा करिती, अत्युन्नत इंदुमंडला शिखरें[6] ॥८४॥

पुण्यांत वाडा बांधून तेथें शि- वाजीला.

---

१ बाळपण. २ तारुण्य. ३ शिशिरऋतु. ४ वृक्षसमुदायास. ५ पुणेंशहर. ६ जहागिरींत.

दादोजी कोंडदेयाच्या शिक्षेंत ठेविलें.

तेथें शिवरायातें, मातेसह ठेविलें शाहाजीनें ॥
त्याच्यापाशिँ मनुष्यें, नेमुनि दिधलीं सुयोग्य आणि*जीर्णें ८

श्लोक.

दादोजी कोंडदेव द्विजवर[1] चतुर[2] श्रेष्ठ संरक्षणाला,
शाहाजीनें सुताच्या विनयनयविदें[3] सन्मती योजियेला ॥
ज्याच्या नीतिज्ञतेची बहुत पसरली कीर्ति साऱ्या दिगंतं
त्याच्या योग्योपदेशा श्रवणपथिं अणा हीच माझी विनंती ८

दादोजी शिवाजीला साधारण नीति सांगतो.

प्रभातीं उठोनी स्मरे ईश्वराला,
असे योग्य हें कर्म लोकीं नराला ॥
अशानें सुखें जातसे काळ सारा,
ययावीण जातो गणी त्या असारा ॥ ८७ ॥

खोटें बोलुं नको अमंगळ शिव्या देऊँ नको तूं परा ॥
मर्मे काढुं नको जनीं अधिकता श्रोत्यां सुटे कांपरा॥
द्वेषानें अथवा बळें करुँनको लोकांचि निर्भर्त्सना ॥
विश्वासास्पद बोलुनी मग पुढें कोणासिही वंचनीं[4] ॥८८

साधुपुरुषाचीं लक्षणें.

वाणी सत्य सदैव दानसमयीं[5] तें आतुराकारणें,
शास्त्रांतील विचार तत्ववचना अत्यादरें ऐकणें ॥
बोलीला अनुरोधुनी[6] निजगृहीं बाहेर वा वागणें,
अन्याचे उपकार अल्पहि जरी त्यांतें बहू मानणें ॥९०

---

* पुरातन-वृद्ध. हें मनुष्याचें विशेषण. १ ब्राह्मण. २ उर चतुर. ३ नम्रता आणि नीति यांतें जाणणारा. हें शाहाजीनें य विशेषण. ४ वंचूं नको. ५ योग्य समयीं दीनाला दान कर ६ बोलण्या प्रमाणेंच घरांत व बाहेर चालणें.

संपती विपुला मिळालि असतां गर्वाविणें राहणें,
कोणी आपुलिया घरासि अलिया प्रेमें तया पूजणें ॥
स्त्रीयाला परक्यास वा नकधिंही निंदोक्तिनें बोलणें,
तारुण्यांतचि इंद्रिया वळविणें हीं साधुचीं लक्षणें ॥९०॥

धैर्याला[1] धनलोभ, कोप विनया, प्राणास मृत्यू त्वरें, — कशानें कशाचा नाश होतें तें.
ईर्ष्या धर्मकृतीस, कामविषया वांछा हि लाजेस रे ॥
रूपालाहि जरा बळेंच हरिते, पुष्टीस चिंता महा,
सच्छीला[2] खळसंग[3], संतत मनीं ह्या गोष्टितें तूं पहा ॥९१॥

बुधांतें[4] कवीतें[5] गुरूतें[6] हि अस्तीं, — दुसऱ्याचा ऱ्हास इच्छूं नये याविषयीं सश्लेष दृष्टांत.
सदा पाववीतो स्वतेजें[7] गभस्ती[8] ॥
ह्मणोनीच तो नित्य अस्तासि जातो,
परोस्तेच्छु[9] लोक स्वतां नष्ट होतो ॥ ९२ ॥

वृक्षारोहण तूं कधीं करुं नको, पाण्यांत डुंबूं नको,
जेणें प्राणविपत्ति होइल अशा कार्यास घेऊं नको ॥
कोणाच्या सदनांत वा अडपथें गावांत जाऊं नको,
विद्येला विसरूं नको, पढ सदा फांशानिं खेळूं नको॥९३॥

---

१ धैर्याला धनलोभ, विनयाला कोप बळेंच हरितो असा दोन दोन पदांचा अन्वय जाणावा. २ सुस्वभावाला. ३ दुर्जनसमागम. ४ ग्रहविशेष, पक्षीं पंडित. ५ शुक्रग्रह. पक्षीं काव्य करणारा. ६ बृहस्पति. पक्षीं शिक्षक. ७ तेजानें. पक्षीं दर्पानें. ८ सूर्य. ९ दुसऱ्याचा ऱ्हास इच्छिणारा. या श्लोकांत श्लेष व अर्थांतरन्यास अलंकार आहे.

आत्मरक्षणार्थ स्त्री देखील टाकावी.

विपत्त्यर्थ रक्षा करी तूं धनाची,
त्¹यातें हि भार्याहितासाठि वेंची ॥
जरी संकट प्राप्त होई स्वतांस,
तरी वेंचि भार्येस आणी धनास ॥ ९४ ॥

साधुस्वभाव वर्णनाचें कुलक (दोन श्लोक.)

दुःखी मी ह्मणुनी अकार्यकृतिला धैर्यें न आरंभितो,
लोकांच्या मनिँ भीति होइल असें खोटें न जो बोलतो॥
दाना देउन मागुती स्वहृदयीं तापा न जो पावतो,
अंगीँ निर्बलता असूनि रिपुसीं क्रोधें न जो भांडतो ९५

देशाचार कुलस्थितीस बघुनी संसारिँ जो वागतो,
शास्त्राज्ञा त्यजुनी प्रैकल्पित मतें धर्मीं न जो चालतो॥
कार्या वांचूनियां उगीच परक्या दारीं न जो धांवतो,
कालीं जो नर विक्रैमासि करितो, तूं जाण साधूच तो ९६

गुह्य गोष्ट मित्रापाशीं देखील बोलूं नये.

न बोले कदा गुह्य लोकांत कांहीं,
स्वमित्रासही सांगणें योग्य नाहीं ॥
जरीं होय तो⁵ बांकडा दैवयोगें,
तरीं गुह्य सारें जनामाजि सांगे ॥ ९७ ॥

आर्या.

नीतिकथनोपसंहार.

दादोजीनें ऐसी, कथिली नीती तदा शिवाजीला ॥
योग्य असे सर्वांही, वर्तन हो अनुसरोनियां जीला॥९८॥

---

१ आपत्काळासाठीं. २ धनातें. ३ पाखंडमतानें. ४ पराक्रमास. ५ मित्र. ६ ज्या नीतीला.

श्लोक.

बाहूनां बहु पुष्टता, कठिणता वक्षःस्थला दीर्घता,
नेत्रां चंचलता, अपांगयुगुला अत्यंत ती रक्तता ॥
स्कंधा मांसलता, मुखा रुचिरता, ग्रीवेस पीनोच्चता[2],
तारूण्यें दिधली असी अवयवव्यूहास[3] तैं रम्यता[4] ॥९९॥

तारुण्याच्या योगानें शिवाजीचे शरीरावयव पुष्टी वगैरे पावून रमणीय झाले तो प्रकार.

ज्याचा तात असे सदाशिव कृती, माता सती पार्वती,
गांव त्र्यंबक हें गणेश अभिधा लेले उपाख्याहि ती ॥
त्यानें निर्मियलें शिवाजिचरि तें काव्य श्रमानें महा,
त्याच्या ह्या दुसऱ्या रसाळ बुधहो सर्गा कृपेनें पहा १००

ह्या प्रकारें हा श्रीशिवाजिचरित्राख्य काव्याचा द्वितीय सर्ग
समाप्त झाला.

अथश्रीशिवाजीचरित्रतृतीयसर्गप्रारंभ.

आर्या.

कन्या निंबाळकर, प्रसिद्ध कुळिंची असे सुरूपवती ॥
ऐशी शीलादिगुणीं, अखिल लोकीं तदा दुजी नवती ॥१॥

निंबाळकराची कन्या सईबाई हिचें वर्णन.

नचि विसरे[5] कधीं ती, साधूक्ता[6] गोष्टि ज्या अनेकविधा ॥
ह्यास्तव जाणों दिधली, वडिलीं तिजला सई अशी अभिधा ॥२॥

सई हें नाव का ठेविलें यावर उत्प्रेक्षा.

---

१ हें पद देहलीदीपकन्यायानें पूर्वोत्तरान्वयि आहे. २ पुष्टता आणि उंचपणा. ३ अवयवसमुदायास. ४ सौंदर्य. ५ विसरे. ६ भल्या लोकांनीं सांगितलेल्या.

तिच्या मुखाचें वर्णन.

येद्वदनाची समता, यावी ह्या हेतुनेंच कीं कमलीं ॥
आरंभिली तपस्या, दुःखा सोसुनि गमे जलीं विमलीं ॥ ३

मुख व नेत्र यावर कमळ व भ्रमर यांचें रूपक.

मुख तेंचि कमल शोभे, त्यावरि जे नेत्र तेचि हो भुंगे ॥
पाहुनि त्यांची कांती, न मानसीं कोणता युवा गुंगे ॥ ४ ॥

कपाळ फार रुंद का होतें यावर उत्प्रेक्षा.

पातिव्रत्यक्षितिपतिपत्नीत्वादिक असंख्य गुणवृंद ॥
लिहिण्यासाठिंच जाणों, केलें विधिनें कपाळ बहु रुंद ॥ ५ ॥

तिच्या नेत्राचें वर्णन (अपन्हुत्यलंकार)

तीचीं जीं नेत्रें तीं, नव्हतीं नेत्रें परंतु नेलिनें तीं ॥
अपणाकडे वळवुनी, लोकें[3]दृगलिच्या बळेंचि वेलि नेती[5] ॥ ६

उदर कुच त्रिवळी यांचें वर्णन.

उदर तिचें बहुसुंदर, अश्वत्थाचें जसें दिसे पान ॥
कुचपर्वतीं चढाया, जेथें त्रिवलीच दिव्य सोपान ॥ ७ ॥

कटी व नितंब यांचें वर्णन.

मूर्ती घडतां विधिनें, कोरुनि एकया स्थला दुज्या भरिलें ॥
ह्यास्तव जाणों कटिला, सौक्ष्म्य नितंबास जाडपण आलें ८

तीच्या स्वराचें वर्णन (विभावनालंकार.)

तीचा अति मधुरस्वर, ऐकुनि करिती रसज्ञ जन नवला ॥
कीं शंखांतुनि वीणानादं कशी काढिते पहा अबला ॥ ९ ॥

तीचें शीलादि गुण व मसलत. तीचें चातुर्य याचें वर्णन.

शीलरूपसद्राणी, यौवन[11]ही त्यां[12]मधें असे तूर्य[13] ॥
अणखी पंचम गुण तो, होता विख्यात मंत्र[14]चातुर्य ॥ १० ॥

---

१ जिच्या वदनाची. २ कमळें. ३ लोकांच्या दृष्टिरूप भ्रमरांच्या. ४ पंक्ति (पाते.) ५ नेति झाली (यांचा कर्ता नलिन.) ६ पिंपळाचें. ७ पायऱ्या. ८ बारिकपणा. ९ ढुंगणास. १० सईबाईचा. ११ तारुण्य. १२ शीलादिकांमध्यें. १३ चौथें. १४ मसलतीचें चातुर्य.

92647

झालें लग्न तिच्याशीं, शिवरायाचें महासमारंभें ॥
तेव्हां ह्मणति वऱ्हाडी, ह्यानें स्त्री मिळविली समा रंभे[2] ११

तिच्या बरोबर शिवाजीचें लग्न होतें.

पाहुनि त्यां दोघांचे, अनुपमगुणगण तसें [3]रुचिररूप ॥
ह्मणती सर्वहि जोडा, रचिला विधिनें बहूत अनुरूप ।१२।

श्लोक.

धनुर्विद्येमाजी श्रम करित रात्रंदिवस तो[4],
दृढाभ्यासातें [5]जो करि गुण तदंगींच वसतो ॥
तयेविद्येमध्ये निपुण तिसरा [6]पांडुतनय,
स्वयें झाला तैसा बहु वसत ज्याच्यांत विनय ॥१३॥

शिवाजी धनुर्विद्येंत निपुण होतो.

कसरत शिकला तो शूर नानाप्रकारीं,
गगनिं उडत पक्ष्या गोळि घालोनि मारी ॥
बहुत [7]लघु तयाचें जाहलेंसें शरीर,
अतिकुशलहि अश्वारोहणीं तो नृवीर ॥ १४ ॥

तो मलखांब जोडी वगैरे कसरत शिकतो.
तो उत्कृष्ट घोड्यावर बसणारा होतो.

जोरानें शर मारुनी अचुकतो [8]लक्ष्यास वेधावया,
बोथाटी शिकला तसाच शिवजी पट्टाहि खेळावया ॥
कुस्तीतें करि पेंच घालित असे नानाप्रकारें बळें,
पाडी सर्व गडी बहू चपळ तो कोणासही नाकळे ॥१५॥

तो कुस्ती वगैरे खेळायास शिकतो.

शहाजीच्या पुत्रा मति अतिविचित्रा निपजली,
क्षिती जिंकायाची मसलत करी गुप्त वहिली ॥

शिवाजीला राज्य मिळविण्याची इच्छा होते.

१ तुल्या. २ रंभेशीं. ३ सुंदर. ४ शिवाजी. ५ जो कोणी पुरुष. ६ अर्जुन. ७ हलकी. ८ निशाणास.

निदान एक तरी किल्ला मिळो असें त्यास वाटतें.

मिळे मातें किल्ला ह्मणत जरिही एकचि खरा,
तया ऐसा लाभ प्रकट भुवनीं नाहिं दुसरा ॥ १६॥

आर्या.

तो त्याविषयीं यत्न करूं लागतो.

ऐसें मनांत आणुनि, उत्साहें शूर तो शहाजिसुत ॥
निजराज्यसुवृध्दीचें, बांधी लागे सुयुक्तिनेंचि सुत[1] ॥ १७॥

दादोजी त्याचा निषेध करितो.

दादोजी जाणुनि तें, सांगे त्या गोष्टि युक्तिच्या चार ॥
बोले तो संप्रति बा, ऐसें[2] करणें नव्हेचि सुविचार॥ १८॥

श्लोक.

आपुली स्थिती पाहुनी स्वतां, कार्य साधण्या घालिजे हता।
जो असे बहू शक्तिहीन रे, वाढवूं नये द्वेष त्या नरें॥ १९।

थोर शत्रुसीं मित्रता करी, हीच गोष्ट बा अंतरीं धरी ।
त्यासि जो करी वैर तो नर, पावतो जनीं नाश सत्वर॥ २०।

ह्मणुनि मी कथितो तुजला अतां,
यवन हे असती बळवान् स्वतां ॥
न करि त्यांसि विरुद्धपणा कधीं,
सुचवितों अजि हें तुजला अधीं ॥ २१॥

शिखानष्ट[3] हे कर्मचांडाळ मोठे,
तयां सारिखे दुष्ट नाहींत कोठें ॥
जरी यांसवें वांकडा वागसी तूं,
तरी होति हे धर्मनाशास[4] हेतू ॥ २२ ॥

---

१ संधान. २ राज्य वाढविणें. ३ मुसलमान. ४ हिंदुधर्मनाशास.

रांखी असे जें तुझिया हतांत, आणूं नको गोष्ट दुजी मनांत॥
तें कर्म आहे बहु साहसाचें, राहे सुखे सोडुनि त्यास साचें।२३।

टाकूनि अर्धी सगळीस धावे, त्या मानवा ठेविति लोक नांवें॥
प्रौढावनाचा करि बा उपाय, तूतें अशानें न कधीं अपाय।२४।

शिवाजीला दादोजींचें सांगणें रुचलें नाहीं.

दादोजी तो यापरी शाहजीच्या,
पुत्रालागीं गोष्टि सांगे रितीच्या ॥
त्याच्या चित्ता आवडेनाच कांहीं,
स्वातंत्र्याचे सौख्य चित्तांत वाही ॥ २५ ॥

शिवाजी मावळे लोक चाकरीस ठेवितो.

पश्चिमेकडिल वन्य ते बळी, ज्यांस हो ह्मणति लोक मावळी ॥
त्यांस सैनिक करीत भूपती, ज्यांपुढें रिपुदळें विलोपती २६

आर्या.

त्याचे तिघे बाळमित्र.

तानाजी मालुसरे, बाजि फसल्कर व येसजी कंक ॥
शिवरायाचे आद्य, स्नेहाचे सौख्यशयनपर्यंक ॥ २७ ॥

श्लोक.

त्यांच्या साह्यानें तो प्रथम तोरणा किल्ला घेतो.

हे तिघे प्रथम साह्य जाहले, तद्वशें बहुत दुर्ग साधले ॥
त्यांत आधिनृप घेत तोरणा, शत्रुसीं न करितांच तोरणा २८

आर्या.

त्याच्यावर उत्प्रेक्षा.

भावी जो विजयोत्सव, तत्प्रारंभार्थ हा सुतोरण हो ॥
ह्मणुनिच जाणो तत्सम, नामक ते घेति दुर्ग तोरण हो २९

---

१ रक्षी. २ राज्य वाढविणें. ३ मिळालेल्याच्या रक्षणाचा. ४ आरंभिचे. ५ मित्रत्वाला. ६ सुखकारक शयनाचे पलंग ह्मणजे मित्रतेचे पात्र. ७ किल्ला. ८ किल्ल्याचें नाव. ९ पुढें होणारा. १० उत्सवांत तोरण बांधितात तसें.

साक्या.

किल्ला का बेतला तें शिवाजी बिजापूरच्या पातशायास युक्तीनें कळवितो.

बिजापुराला दूत पाठउनि, कळवी तो यवनाला ॥
कीं हा तुमच्या सोईकरितां, अह्मी घेतला किल्ला ॥३०॥

या प्रांतींचे जन हे असती, फार करोनी दुष्ट ॥
ते राजाला तसे प्रजेला, बहुतच देती कष्ट ॥३१॥

त्याच्या परिहारार्थचि केवळ, केलासे स्वाधीन ॥
त्या दुष्टा लोकांतें आह्मीं, करोनि दंडें लीन ॥३२॥

बिजापूरकर तो परत घेण्याचा उद्योग करीत नाहीं.

बिजापुराच्या यवननृपतिनें, ऐकुनियां ही मात ॥
औदासीन्यें नाहिं घातलें, मानस त्या कामांत ॥३३॥

त्याचें कारण.

कोंकीं त्याचे मंत्री होते, वश्य शिवरायाला ॥
ह्मणोनि त्यांनीं अनुमत न दिलें, दुर्ग परत घ्यायाला ३४

शिवाजी हा किल्याची दागदुजी करितो.

मग तो त्यानें खर्च करूनी, दुर्ग चांगला केला ॥
पाषाणांचीं तटें बांधुनीं केलें दृढतर त्याला ॥३५॥

लोखंडाचे पट्टे तैसे, खिळे ठोकुनी जाडे ॥
ठायीं ठायीं बुरुज बांधुनी, केलीं त्यास कवाडें ॥३६॥

लोहमयी शृंखला अर्गळा, केल्या दरवाज्याला ॥
तोफेच्या गोळ्यानें देखिल भंग नव्हे हो ज्याला ॥३७॥

असा दुर्ग तो नवीन केला होता जो का मैल[1] ॥
नंतर त्यावर लष्कर ठेवायाचा केला यत्न ॥३८॥

---

१ जुना.

त्या दुर्गी बांधितां गवसला, निधी[1] धनाचा[2] एक ॥
ईशकृपेनें हेमचि होतें, हतीं घेतली राख ॥ ३९ ॥

त्या कारखान्यात त्याला मोहराचा हांडा सांपडतो.

जगदंबेची कृपा नृपावरि, आहे या ही फार ॥
म्हणुनिच त्याला ऐसें होतें, प्राप्त द्रव्य अपार ॥ ४० ॥

भवानिला प्रिय वाटे जैसा, आत्मज[4] तारकहंता[5],
तसाचि वाटे हाही[7] करी जो, दूर सपत्नाहंता[8] ॥ ४१ ॥

लौकर लौकर नृपवर लश्कर, करूं लागला गोळा ॥
द्रव्य खर्चुनी सिद्ध कराया, लागे दारू गोळा ॥ ४२ ॥

तेथें शिवाजी हा सैन्य व युद्धसामग्री हीं सिद्ध करितो.

मोठया मोठया लंगर तोफा, किल्यावरती ओती ॥
ज्यांच्या केवळ दर्शनमात्रें, शत्रुस भीती होती ॥ ४३ ॥

तोफा.

युद्धासाठीं सिद्ध करी तो, नूतन तीर कमानी ॥
मनीं बाळगी उत्कंठा जो, वीर थोर अभिमानी ॥ ४४ ॥

तीरकमठे.

भालेबर्च्या खांडे तैशा, बंदूका तरवारी ॥
ज्यांच्या योगें यवन सैनिका, शूरपणें तो वारी ॥ ४५ ॥

भाले वगैरे.

जिकडे तिकडे खडे शिपायी, शूर आणि सरदार ॥
तयीं मिळाले लोक मावळे, सोडुनियां[6] घरदार ॥ ४६ ॥

१–२ मोहराचा हंडा. ३ राखघेतली तरी ईश्वरकृपेनें सोनें होतें. ४ आपला पुत्र. ५ स्वामिकार्तिक. ६ येथें जनास हें पद अध्याहत. ७ शिवाजीही. ८ शत्रूचा अहंकार (दूरकरी याचें कर्म.)

ऐशापरि तो युद्धसिद्धता, करिता झाला राजा ॥
झटुनि कटुनि यापरी करी तो, निजदेशाच्या काजा ।४७।

जी कां मागें पूर्व युगांतरिं, दुष्ट दानवां मारी ॥
तीच यया कलियुगांत झाली, जगदंबा सहकारी ॥४८॥

तिच्या प्रसादें चक्रवर्तिपद, होइल लब्ध ययास ॥
असीं मानुनी मनीं यापरी, भजूं लागले त्यास ॥ ४९ ॥

तो आणखी एक नया किल्ला बांधितो.

अणखी एकया पर्वतशिखरीं, दुर्ग बांधिता झाला ॥
अत्यंत श्रम तया खर्चेंही, बहुत पडे राजाला ॥ ५० ॥

बळकट तटबंदि ही तयाला, शिसें पाजुनी केली ॥
ज्याच्या बुरुजांचीं शिखरें, अति उंच नभामधिं गेलीं५१

त्याचें राजगड हें नांव ठेवितो.

राजगिरी हें त्यास ठेविलें, परम भक्तिनें नाम ॥
जबरदस्त बांधिलें असे हो, त्या किल्याचें काम ॥ ५२॥

तेथेंही स्थापिली तयानें, मोठी बलाढ्य सेना ॥
जिच्या अग्रभागीं शत्रूंचें, शौर्यही कांहीं चालेना ॥५३॥

त्यावर सैन्य ठेवितो.

अशा प्रकारें संरक्षाया, नृपतीनें तो दुर्ग ॥
त्यावरि ठेउनि दिधला निवडक, अपला सेवकवर्ग॥५४॥

शिवाजी हा राज्याविषयीं फारच उत्सुक हें दादोजी मनांत समजतो.

दादोजीनें पाहुनि ऐसा, दुर्गादिकप्रकार ॥
मनीं ह्मणे हा शिवबा राज्या-विषयीं उत्सुक फार ॥५५॥

१ एकछत्रिराज्य.

माझा देहीं ही आलीसे, दुर्धर वृद्धावस्था ॥
तरी अतां लाविली पाहिजे, कांहीं तरी व्यवस्था ॥५६॥

त्याचें वारण करण्यासाठीं, उपदेशहि जरि केला ॥
तरि तो नच ऐकेल असाहा, निश्चय होय तयाला[1] ॥५७॥

मग तो अपुल्या चित्तीं करिता, झाला एक विचार ॥
कीं आतां उत्तेजित कीजे, ह्याचाची आचार ॥ ५८ ॥

दादोजी हा शिवाजीच्या उत्साहास अनुसरतो.

ऐसें मनांत आणुनि त्याला, बोले तो एकांतीं ॥
वृद्धपणांतहि शोभे ज्याच्या, देहिं अपूर्व कांती ॥५९ ॥

ताता, आतां झालासी तूं, राज्य कराया योग्य ॥
बाहुयुगीं बल विपुल जयाच्या, त्याची वसुधा[2] भोग्य॥६०

दादोजी हा शिवाजीला राजधर्म निरूपितो.

श्लोक.

विद्या भूषविते नरास, तिजला[3] शांतीच भूषा[4] खरी,
शांतीला समयीं[5] पराक्रम तशी शोभा अणी साजरी ॥
तैशी त्याहि पराक्रमास नियतां[6] सिद्धी बहू शोभवी,
ती सिद्धी नयरीतिनें[7] मिळवितां सत्कीर्तिला वाढवी॥६१॥

विद्याशांति इत्यादि गुणांची प्रशंसा एकावली अलंकारानें करितो.

सत्याचें परिपालन प्रतिदिनीं यत्नें करावें जनीं,
त्यापासोनि सुमित्रलाभ घडतो हा स्वार्थ आणीं मनी ॥
आहे लाभ सुवर्णरत्नमणिंचा तैसा दुजा भूमिचा,
त्यापेक्षांहि[8] सुमित्रलाभ बरवा हा बोध सन्नीतिचा ॥६२॥

सत्याचें रक्षण व तज्जन्य फळ याविषयीं.

---

१ दादोजीला. २ पृथ्वी. ३ विद्येला. ४ भूषण. ५ योग्यकाळीं. ६ निश्चितफळ. ७ न्यायरीतीनें. ८ सुवर्णादिकांच्या लाभापेक्षां.

अप्राप्तार्थाची प्राप्ति प्राप्तार्थाचें रक्षण रक्षितार्थाची वृद्धि व वृद्धार्थाचें सत्पात्रीं दान या विषयी.

जें का लब्ध नसे धनादि मिळवी त्यातें स्वधर्में बरें,
लब्धाच्या परिपालना करि तसें मोठ्या श्रमाच्या भरें ॥
लब्धार्थासहि वाढवी अनुदिनीं सोडूनि सारीं भयें,
सत्पात्रा बघुनी समर्पण करी वृद्धार्थ[1] ही तो स्वयें ॥६३॥

पूर्वी विचार केल्यावाचून कोणतेंही कार्य सहसा करूं नये याविषयीं.

विचार करुनी अधीं करि सदैव कार्यास रे,
विचाररहिता नरा विविध आपदा ये त्वरें ॥
विवेक[2]मुख ज्या नरीं गण वसे गुणांचा सदा,
तयास वरिती जनीं गुणवशा[3] स्वयें संपदा ॥ ६४ ॥

जेथें विचार सुचत नाहीं तेथें शास्त्र हें मार्गदर्शक आहे याविषयीं दृष्टांत.

वादग्रस्त असे ह्मणूनि न सुचे कार्यार्थ कीं अंतरीं,
डोळ्यांनां न दिसे पदार्थ पडला जैसा तमोऽभ्यंतरीं[4] ॥
तेव्हां दीप तमास नाशुनि जनां अर्थास[5] दावी तसें,
संदेहास हरूनि शास्त्रचि खरा कार्यार्थ दावीतसे ॥६५॥

साम दान भेद दंड हे चार उपाय केव्हा व कसकसे करावे याविषयीं.

शत्रू सन्मधुरोक्तिनें[6] धनचयें[7] देवोनि वा साधिजे,
त्याच्या वा घरमंडळींत कपटें वैरास[8] उत्पादिजे ॥
ऐशा ही कृतिनें असाध्य[9] रिपुच्या देशीं चढाई बरी,
अंतीं मारणें[11] हा उपाय चवथा योजूनि सिद्धी करी ॥६६॥

---

१ वाढविकीला अर्थ. २ विचारादिक. ३ गुणाच्या स्वाधीन. हें संपदा ह्याचें विशेषण. ४ अंधारांत. ५ पदार्थास. (दावी). ६ गोड भाषणानें (साधिजे) हें साम. ७ अथवा पुष्कळ द्रव्य देऊन (साधिजे) हें दान. ८ अथवा घरांत कलह लावणें हा भेद. ९–१० अथवा तीनही उपायांनीं शत्रु असाध्य आहे तर त्याच्या देशावर चढाई करून. ११ लढाई हा दंड शेवटीं. (करावा)

शत्रू वा निजनंदन श्वशुरही दोषी असे जो तया ॥
ज्ञाता[1]ज्ञात सकृत्[2] शरीर[3] असकृत्[4] सामर्थ्य[5] काल[6] क्रिया[7] ॥
ऐशा दोष[8]विवेचनेस करूनी पाहूनि दंडा[9]गमा,
सच्छिक्षा अपराधिला ठरवितो त्या प्राप्त होते रमा[10] ॥ ६७ ॥

जो कोणी अपराध करील तो शत्रु असो या पुत्र असो त्याला दंडच करावा याविषयीं.

शस्त्रें जीं विषलेप[11]युक्त नसती त्यांतें करें घेउनी,
योधे[12] भूमिधना[13]निमित्त लढती युद्धीं महासाधनीं[14] ॥
तेथें जे मरती भयें न पळतां, भीतारि[15]चीं श्रेयसें,
संपादूनि सुखें सुरेश[16]भवनीं जातात योगी जसे ॥ ६८ ॥

कसें युद्ध केलें असतां स्वर्गप्राप्ति होते.

राजानें समरांगणीं मिळविलें जें द्रव्य तें ब्राह्मणा,
द्यावें; या परता न धर्म दुसरा जाणूनि ही धारणा[17] ॥
ठेवी, सर्व जनास निर्भयपणा देई श्रमानें सदा,
अंतीं तूं अवलोकिशील रुचिरा श्रीमाधवा[18]च्या पदा ॥ ६९ ॥

युद्धांत मिळालेलें धन राजानें ब्राह्मणास द्यावें व प्रजेचें भय दूर करावें एणेंकरून स्वर्ग प्राप्त होतो याविषयीं.

आहें मी तुमचा असें स्ववदनें बोले तया, ब्राह्मणा,
वृक्षारूढनरास, ज्यास असती षंढाकृती[19]च्या खुणा ॥
ज्याणें अंजलिही भिऊनि रचिला त्याला, तसें चाकरा,
पाणी पीत असे तया वधुं नको युद्धावलोकातुरा[20] ॥ ७० ॥

युद्धांत कोणकोणास मारूं नये याविषयीं.

---

१ जाणून अथवा न जाणून. २ एकवार. ३ देह. ४ वारंवार. ५ द्रव्यादिबळ. ६ संपद्विपत्काळ. ७ कर्म. ८ अपराधाचें ज्ञाताज्ञातत्वादितारतम्य पाहून. ९ दंडशास्त्र. १० लक्ष्मी. ११ विष लावलेलीं. १२ युद्ध करणारे. १३ राज्याकरितां. १४ मोठ्या युक्तीनें. १५ भयानें पळणाऱ्या शत्रूंची पुण्यें. १६ स्वर्गास. १७ मनोवृत्ति. याचा संबंध ठेवी याकडे. १८ वैकुंठास. १९ नपुंसकास. २० युद्धपाहणारास.

प्रजापालनापासून काय पुण्य प्राप्त होतें त्याविषयीं.

गंगास्नानधरादिदानसुकृतापेक्षां प्रजापालनीं,
आहे पुण्य विशेष,यास्तव नृपें तें पाविजे साधनीं[1] ॥
पुण्याचे निकुरंब[2] लोक करिती त्यांचा खरा साहवा,
वांटा भूपतिला समग्र मिळतो, होते जनीं वाहवा॥७१॥

शेतकऱ्यांस तगाई देण्याविषयीं.

देई शेतकऱ्यांस शेत करण्यासाठीं अगाऊ धना,
तें आल्यावरि घे त्वरें, करूंनको त्यांनां पुन्हा यातना ॥
कालीं[3] देउनियां वसू[4] परत जो घेतो करें[5] भास्कर[6],
येतां हा व्यवसाय अंगिं तुझिया होशील भूमीश्वर॥७२॥

मंत्री कोणास करावें याविषयीं.

पित्र्यांचे[7] मातेचे कुलपुरुष विख्यात असती,
सुखाच्या दुःखाच्या बिकटसमयीं जे स्थिरमती ॥
असे ज्यांची मोठी अहितहितचर्चाकुशलता,
तयांतें तूं मंत्री कर, मनिं जयांच्या विमलता ॥७३॥

सभासद ह्मणजे पंचाईतदार कसे असावे तें.

शत्रूमित्रें जयां समान असती, सत्य स्वयें बोलती,
धर्माधर्मविवेक[8], सत्व[9], हृदयीं ज्यांच्या सदा वागती ॥
वेदांचे[10] जनरीतिचेहि परमे[11] ज्ञाते व मीमांसकें[12],
त्या लोकां कर तूं सभासद बरें देऊनियां वार्षिकें[13]॥७४॥

---

१ उपायांनीं. २ समूह. ३ योग्यकाळीं. ४ पाणी व धन. ५ किरणांनें व करभागानें. ६ सूर्य. ७ ज्यांचें पितृमातृकुळ प्रख्यात. ८ धर्माधर्मविचार. ९ धैर्य. १० वेदाचे व जनचालीचे (ज्ञाते.) ११ उत्कृष्ट. १२ विचार करणारे. १३ वेतन.

कार्याच्या सुविचारतर्कसमयीं दुर्वासनेच्या भरें,
स्नेहानें, भयवृत्तिनें, [3]स्मृतिजनाचारास उलटें[4] खरें[5] ॥
केलें सभ्यजनीं; तयास नृपती देतात शिक्षा दुणी[6],
जी कां वादपराजयांत[7] कथिली तीहूनि नाहीं उणी॥७५॥

लोभादिकामुळें सभासदांनी अन्याय केल्यास त्यास दुप्पट दंड.

मार्गी जो थकला तसाचि तुझिया आला दुपारीं घरीं,
त्याला भोजन दे सदुक्ति[8] वदुनी रात्री पदाला चुरी ॥
शय्या रोगिजनास पथ्य समयीं द्यावें तसें औषधा,
गोदानाशि समान पुण्य मिळतें ऐशा कृतीनें बुधा[9]॥७६॥

अतिथि व रोगी ह्यांचा समाचार घेतल्यांत काय पुण्य आहे तें.

शत्रूच्या विषयीं[10] तृणेंधनजलें व्रीहीं गहूं बाजरी,
आहे पुष्कळ, सैन्यें[11] मात्र कमती जाणूनि यात्रा[12] करी ॥
हस्त्यश्वादिक वाहनें, निजमन[13], प्रख्यात शूरव्रज[14],
संतोषी असती तदा रिपुपुरें घेण्यास युद्धीं धज ॥७७॥

शत्रूच्या देशावर केव्हां स्वारी करावी तें.

आंबे पिंपळ निंब चंपक सरू शीताफळी मालती,
केळी नारळि पोफळी तरू असे पुष्पें फळें लोंबती ॥
जेथें मंदसुगंधशीतळ असा वारा सुटे सर्वदा,
पाणी निर्मळ गार गोड नदिचें आटे न उष्णीं[15] कदा७८

राजानें कोठें राहावें याविषयीं हे दोन श्लोक.

---

१ कामाच्या चौकसीच्या समयीं. २ लोभानें. ३ मन्वादिस्मृति व लोकरीति यास. ४ विरुद्ध. ५ खोट्याचें खरें केलें. ६ दुप्पट. ७ कज्यांत जो हरेल त्याला जी शिक्षा उक्त आहे तीच्या दुप्पट. ८ मधुरभाषण. ९ संबोधन. १० देशीं. ११ शत्रूची फौज. १२ स्वारी. १३ आपलें मन (याच्यापुढें आणि हें अव्यय अध्याहृत आहे.) १४ सरदारमंडळी. १५ उष्णकाळींहि.

शेळ्या गाइ म्हशी वनीं विचरती होते तयां संतती,
पुष्टाकार सुरूप भारि दुभती कासाभरें डोलती ॥
कासाळूं अळवें रताळुं कंवठें गोराडु आळूं पिकें,
तेथें वास नृपास योग्य कथिला शास्त्रीं पहा तूं निकें॥ ७९

युद्धांत जिंकिलेल्या वस्तु राजानें कसकशा वाटून घ्याव्या तें.

हत्ती उंट रथ क्षिती धन पशू सोनें रुपें सन्मणी,
जें कां होइल लब्ध संगर[1]मुखीं शत्रुव्रजा जिंकुनी ॥
घ्यावें त्यांतुनि उत्तमोत्तम नृपें, द्यावें दुजें राहिलें,
शूरां वांटुनि, पौरु[2]षा बघुनियां, शास्त्रीं असे पाहिलें॥ ८० ॥

अर्थचिंतन, पराक्रम, शत्रू लुटणें, व शत्रूच्या घेऱ्यांतून निसटून जाणें या चार गोष्टीविषयीं बगळा इत्यादि चौघांचे दृष्टांत.

चिंतावें बगळ्यापरी अनुदिनीं स्वार्थास, सिंहापरी,
शौर्या[2] दाउनि लांडग्यापरि बळें काळीं लुटावें अरी ॥
दैवें सांपडतां स[4]पत्ननिकरीं मोहीं तयां घालुनी,
जावें निष्टुनियां नृपें शश जसा व्याधामधूनी वनीं ॥ ८१ ॥

मनाला गोड वाटलें तरी कोणतें काम करूं नये तें.

ज्या कामांत बहूत कष्ट असती, संदिग्ध ज्याचें फळ,
वैरा माजवितें जनांस व घरीं, जेणें पैराच्या[5] छ[6]ळ ॥
ज्या योगें उपहास लोक करिती प्रख्यात नानापरी,
त्या कामा न करी कदापि, हृदयीं तें गोड वाटे तरी. ॥ ८२ ॥

राजानें काळानुरूप तीव्र अथवा मृदु वृत्ति सूर्याप्रमाणें धरावी याविषयीं.

समानवृत्ती नृपतीं असावा, न तीव्र[7] किंवा मृदुही नसावा,
परी धरी हे गुण योग्य काळीं, तो भूप सूर्यापरि लोक पाळी ८३

१ रणांत. २ पराक्रमास. ३ शत्रुसमुदायांत. ४ ससा. (निसटून जातो.) ५ इतराचा. ६ छळणुक (होते.) ७ तीव्र व मृदु हीं दोन पदें नृपति व सूर्य यांकडे श्लेषानें लागतात.

विघ्नांचें भय मानुनी मुळिंच जे कार्या न आरंभिती,
त्यां जाणें अधमां, भयेंकरूनि जे आरंभिलें सोडिती ॥
होती मध्यम ते, परंतु कितिही विघ्नीं जरीं पीडिले,
आरब्धाशि न सोडिती बुधजनीं ते उत्तमी मानिले ॥८४॥

विघ्नें प्राप्त झाली तरी आरंभिलेलें कार्य सोडीत नाहींत ते उत्तम याविषयीं.

शेषा भार नसे ह्मणूनि धरितो भूमी शिरीं कीं स्वतां?,
कीं नोहे श्रम त्या रवीस ह्मणुनी राहे सदा चालता? ॥
अंगीकारुनि सोडितां जन भला लाजे बहू अंतरीं,
या हेतूस्तव कार्य पार करणें हा नेम साधू धरी ॥ ८५ ॥

कष्ट पडले तरी अंगिकारिलेलें काम पार करण्याविषयीं.

ऐश्वर्यें युत जो तयास भजती अर्थार्थि हें तों खरें,
नष्टैश्वर्यपतीस जे भजति ते पुढील[1] आशाभरें[2] ॥
स्वामी स्वर्गत जाहला तरिहि जो साधी तयाच्या हिता,
ऐसा सेवक भर्तृभक्त[3] न मिळे[4] त्रैलोक्यही शोधितां ॥८६॥

स्वामिभक्त सेवक कोणता याविषयीं.

मित्रा मूढहि भक्तियुक्त असतां तो काय कामीं पडे?,
प्रज्ञाविक्रमयुक्त ही न बरवा, भक्ती जया नातुडे ॥
प्रज्ञाविक्रमभक्ति[5] तीन गुण हे ठायीं जयाच्या खरे,
ते मात्र प्रभुचे सुभृत्य असती संपद्विपत्कालिं[6] रे ॥८७॥

प्रज्ञादि तीन गुणानीं युक्त जो सेवक तेच उत्तम याविषयीं.

विपत्तिजलधीमधें बुडुनियांहि धैर्या धरी,
करी उपकृती यथास्वबळ साधु लोकांवरी ॥

विपत्तिकाळींही सज्जन परोपकार करितो हें सदृष्टांत.

शशांक निशि राहुनें जरि जेवें बहू ग्रासिला,
नकाय उरल्या करीं करितसे जनां शीतला ?॥८८

जे केवळ स्वार्थपर ते क्षुद्र, परहित साधणारे ते उत्तम हें सदृष्टांत.

ज्यांचा उद्यम सर्वदा स्वभरणीं आहे जनीं क्षुद्र ते,
ज्यांचा स्वार्थ परार्थ केवल असे, ते पावती योग्यते ॥
पोटासाठिंच मात्र वाडवें पितो त्या सागराच्या जळा,
जीमूत स्फुट लोकतापहरण्यासाठीं हि तो चांगला॥८९

दुर्जनाचें कसेंही आर्जव केलें तरीं स्वभाव पालटत नाही हें सदृष्टांत.

जरी परमभक्तिनें खळ परोपरी सेविला,
न होय तरि तो कदापि हि जनीं स्वभावें भला ॥
सशर्करमधूदकेंकरुनि निंब संसेचितां ॥
न गोडपण त्यासि ये कडुच लागतो चाखतां ॥ ९०

दुर्जनाला किति जिव्हा असतात ह्याचा अंतच नाहीं.

साधूला जिभ एक, दोन फणिला, त्या चार लोकेश्वर
स्कंदाला तरि सोच, जाण कथिल्या त्या सात वैश्वानर
दाहा रावणराक्षसास ह्मणती, शेषा सहस्रद्वय,
दुष्टाच्या वदनीं कितीक असती, त्यांचा न संख्यान्वय ।९१

जो सुहृदादिकांचें दयापूर्वक पालन पोषण करीत नाहीं ता कावळ्या सारखा वृथा पुष्ट होय तें.

जो का दया न करितो निजबंधुवर्गीं,
दीनावरी गुरुजनीं तशि भृत्यसर्गीं ॥
त्याचें असे अफल जीवित मर्त्यलोकीं,
तो काक, पुष्ट बळिनें तसा विलोकी ॥९२

---

१ वेगानें. २ किरणानें. ३ वाडवाग्नि. ४ मेघ. ५. अव्ययानें पितो याशीं अन्वय होतो. ६ सर्पाला. ७ ब्रह्मदेवास ८ स्वामिकार्तिकाला. ९ साहा, १० अग्नीला. ११ गण १२ मुल्यभेडळीवर. १३ बळीच्यायोगानेंच पुष्ट (असा काक.

प्रयत्न सिद्धीप्रति वासने ने[1], न सिद्धि हो केवळ वासनेनें॥
भुकानिजेजो हरि[2]कानना॑त,नजातित्यांच्या मृग आननांत९३

उद्योगावाचून कार्यसिद्धि होत नाहीं हें सदृष्टांत.

उद्योग जो करि तयासचि अर्थ जोडे,
जे दैव मुख्य ह्मणती नर तेचि वेडे ॥
दैवा न मानुनिच यत्न बळें करावा,
यत्नें न सिद्धि तरि दोष न तो ह्मणावा ॥९४॥

दैवावर न टेंकतां उद्योग करावा याविषयीं.

कांहीं गुप्तविचार कार्यसमयीं कर्तव्य आहे जरी,
एकांतीं बसणें प्रशस्त, अथवा देशींहि शैलावरी ॥
पाहोनी भँवतें स्वतां हितकरा लोकांसवें घेइजे,
ऐसा मंत्र नृपाळ गुप्त करि जो तेणें फळा पाविजे॥९५॥

राजानें मसलत करायास कोठें कसें बसावें याविषयीं.

अति क्षीणता प्राप्त झाली असे जा,
तरीही धरी जो स्वकीया सुतेजा ॥
तया नम्र होती नृपाळा प्रजा रे,
त्रिजे[3]च्या विधूला जसे लोक सारे ॥ ९६ ॥

जो राजा ऱ्हासकाळींही तेज सोडीत नाहीं त्याला द्वितीयेच्या चंद्राप्रमाणें प्रजा भजतात.

सर्वांग[4]संवृत्त असा जरि मंत्र थोर,
कोणी करील मम भेद ह्मणून धीरें[5] ॥
टाकोनि तो जणुं उगा क्षण ही न राहे,
दृष्टांत यास समरस्थित[6] योध पाहे ॥ ९७ ॥

युद्धांतील वीराप्रमाणें मंत्र हा अधीर होतो याविषयीं उत्प्रेक्षा.

---

१ वासनेला नेतो. २ सिंह. ३ द्वितीया तिथीचा. ४ ज्याचीं सर्वांगें गुप्त राखिलीं आहेत असा मंत्र. पक्षीं कवचादिकें करून ज्याचीं अंगें आच्छादित आहेत असा योद्धा. ५ याचा अन्वय टाकुनि यासि. ६ युद्धांत उभा असा योद्धा.

मसलत गुप्त ठेवावी अन्यथा बहुत नाश होतो याविषयीं.

मंत्राच्या परिक्षणार्थ चतुरें भूपें झटावें स्वयें,
राज्याचें दृढ मूळ मंत्र ह्मणूनी त्यातें उपेक्षूं नये ॥
त्याचा अल्पहि भेद तो चुकुनियां झाला कदाचित्
होतो राज्यविघात नाश इतुका कीं ज्यास नाहीं सरी॥

नवीन जिंकून घेतलेल्या देशांतील रीतीभाती लोकाचार वगैरे पूर्ववत् चालवावें अन्यथा प्रजेस दुःख होतें याविषयीं.

घेतो दाउनि शौर्य देश रिपुचा जिंकूनि जो भूपती
त्यानें तेथिल रीतिभाति अवघ्या आचार वंशस्थिती
राखाव्या पहिल्या सुरक्षितपणें त्यांचा क्वचित् व्यत्यय
झाल्यानें रयतेस होइल सदा आधिव्यथा अव्ययें ॥९

साक्या.

पूर्वोक्त नीतीचा सारांश.

गोब्राह्मणप्रतिपालन.

आतां मी सांगतों सार तें, ठेवी बा लक्षांत ॥
गाई ब्राह्मण यांचें पालन, थोर कार्य लक्षांत ॥ १०

हेंच राजाचें मुख्य कर्तव्य होय असें श्रुत्यादिकाचें तात्पर्य.

श्रुति स्मृती इतिहास पुराणें, हेंचि सांगती सर्व ॥
कीं गोब्राह्मणपालन, सम पापघ्न न दुसरें पर्व ॥ १०

प्रजा पालणें हाचि नृपाचा, धर्म विहित लोकांत ॥
गोद्विजरक्षण हें तों परम, श्रेष्ठ कर्म ही त्यांतें ॥ १०

कष्टविती जे दुष्ट जनाप्रति, त्यांना दंडुनि आधीं ॥
दूर करावा धरापतीनें, साधु जनांचा आधी ॥ १०

वेदाची जी आज्ञा तीतें, कीजे शिरसा मान्य ॥
अवगणना बा करूं नयेरे, समजुनि ती सामान्य ॥ १०

---

१ चुकला (नाशास) २ चिंता. ३ पीडा. ४ चिरहाणारी. ५. लक्ष कामांत. ६ गोब्राह्मणपालनासारखें. ७ दूर करणारें. ८ पर्वकाळ. ९ प्रजापालनामध्येंही. १० चिं

वैदिकमार्गेंकरुनि[1] चालती, पूजिति जे मूर्तींनां[2] ॥
त्यांतें पीडा करिति यवन ते, छिन्न करुनियां त्यांनां॥ १०५॥

जैसे पूर्वी देते झाले, लोकां दानववृंद[3] ॥
तैसे संप्रति देती पीडा, यवनें[4] जनांस अमंदें[5] ॥ १०६ ॥

खणिती देवालयें बलानें, ठार मारिती विप्रें[6] ॥
जैसे गाईतें निर्दय ते, वाघ भक्षिती क्षिप्रें[7] ॥ १०७ ॥

धर्म बाटऊनि करिती त्यांनां, जुलुमें मूसलमान ॥
वेदविहित हवनादिक यांचा, करिती बहु अवमान॥ १०८॥

ऐसे जे नर दुष्ट तयानां, करोनियां बहु शिक्षा॥
वडिलोपार्जित धर्माची बा, चालविणें त्वां दीक्षा ॥१०९॥

वर्णाश्रमधर्मानें सकलां, वागविजे नृपतीनें[8] ॥
तसें तयानें स्वतां वागिजे, शास्त्रविहितरीतीनें ॥ ११० ॥

चोर जार हे घोर पातकी, त्यांस करावा दंड ॥
लोकांतें अपशब्द बोलती, त्यांचें मोडी बंड ॥ १११ ॥

अकलंकी[9] जो यशश्चंद्रमा[10], उदित होतसे ज्याचा ॥
त्याणें भूवरि सार्थक होतो, जन्म त्याचि राजाचा॥ ११२॥

---

१ वेदविहितमार्गेंकरून. २ मूर्तींना. ३ दैत्यसमुदाय. ४ हें कर्तृपद. ५ पुष्कळ. ६ ब्राह्मण. (हें कर्म) ७ त्वरित. ८ राजानें. ९ कलंकरहित. १० कीर्तिरूप चंद्र.

जो दंडाला अयोग्य त्याच्या, दंडीं पातक फार॥
ह्मणुनी तैसा घडों नये रे, कदापि वा अविचार॥११३

दंडाला जे पात्र तयांवरि, शस्त्र धरावें हातीं ॥
ऐशा योगें दुर्वृत्ताप्रति, भीति सदा राहाती ॥ ११६

तो द्विजवर[1] नृपकुमारकाला[2], करी अशा उपदेशा ॥
ज्यानें निजकीर्तीच्या[3] वसनें, पांघुरवीलें देशा ॥ ११५

वृद्धपणानें क्षीण तयावरि, चिंता यजमानाची[4] ॥
तैसी ज्याच्या चित्तीं वागे, काळजी हि कामाची॥११६

दादोजीच्या मरणसमयांची देहस्थिति.

गेले डोळे खोल खोल ते, नासिक[5] जैसा वांसा ॥
दंतपंक्ति भंगल्या न्यूनता, नसे खोकल्या श्वासा ॥११७

अलें उराडें वरतीं गेलें, पोट बहूतचि खोल ॥
अति दुर्बळतेमुळें काढितो, बळें गळ्यांतुनि बोल ॥११

दादोजी हा आपल्या बायकामुलांस शिवाजीच्या हातीं देऊन.

अलं शेवटीं कंठ दाटुनी, त्याचा प्रेमभरानें ॥
नृपकरि[6] लवकरि देतो[7] अपुल्या, परिवारा स्वकरानें।११

निरवणूक करितो.

ह्मणे बायकामुलें अतां हीं, तुम्हीच नृपते[8] सारीं ॥
ताम्हि भुकेल्या पयांस तूंची, दाणा पाणी चारीं[9]॥१२०

---

१ ब्राह्मण (दादोजी.) २ राजपुत्राला (शिवाजीला) ३ कीर्तिरूप वस्त्रांनीं देशाला वेढिलें. ४ धन्याची. ५ नाक. ६ शिवाजीच्या हातांत, ७ देई. ८ हे राजा. ९ खाऊं पिऊं घाल.

ती नर पामर बाळगितो जो, कनकधनाचा गर्व ॥१२१॥

मी तों आतां पर लोकाप्रति, जातों बा निर्धारी ॥
असें बोलतां नेत्रांतुनियां, गळूं लागलें वारी ॥ १२२ ॥

तव तो नरपतिसुत बोलें त्या, करजोडुनियां स्पष्ट ॥
आज्ञा तुमची नुलंघीन मी, त्यजा मनांतिल कष्ट॥१२३॥

शिवाजी दादोजीला विनयपूर्वक बोलतो.

माझ्या वडिला ऐसे तुम्ही, द्यावे आशिर्वादा ॥
हें[1] तुमचें लाडकें लेकरूं, पुरवा ह्याचा नादा ॥ १२४॥

ऐकुनि त्याचे वाचे बोले, प्रेमभरें हातारा ॥
होसी सूर्यापरी प्रतापी, इतर तुजपुढें तारा ॥ १२५ ॥

दादोजी शिवाजीस आशीर्वाद देतो.

भवानिची तुजवरी नृपाळा, होइल कृपा उदंड ॥
ऐश्वर्यारोग्यादिक सुख तुज, होइल लब्ध अखंड ॥१२६॥

भीष्में जैसी युधिष्ठिरातें, सांगितली नृपनीती ॥
कोंडदेवपुत्रानें कथिली, ती शिवराया रीती ॥ १२७ ॥

तदनंतर तो द्विजवर चित्तीं, चिंती हरिचरणाला ॥
भंगुर संसाराच्या त्रासें, प्राथीं जो मरणाला ॥ १२८ ॥

दादोजी अंतकाळीं ईश्वरचिंतन करित.

---

१ मी. २ नक्षत्राप्रमाणें (हीनतेजस्क). ३ प्राप्त. ४ धर्मराजाला. ५ दादोजीनें. ६ दादोजी. ७ नाशिवंत अशा संसाराच्या.

विसर्जन करि- तो. ऐसें करितां प्रविष्ट झाला, पद तो वैकुंठाचें ॥ १२९ ॥

त्याच्यामागें शिवाजी हा त्याच्या कुटुंबाचें पोषण उत्तम प्रकारें करितो.

दादोजीच्या वियोगकाळीं, तत्परिवारा खेद ॥
झाला, परि बहुकृपें नृपें त्यो, केला त्याचा छेद ॥१३०॥

ऐसा द्विजवरदारसुताचा, समाचार नृप घेई ॥
कीं त्यायोगें तो गेल्याची, स्मृती तयां नच होई॥१३१॥

ज्याचा तात असे सदाशिव कृती माता सती पार्वती,
गांव त्र्यंबक हें गणेश अभिधा लेले उपाख्याहि ती॥
त्यानें निर्मियलें शिवाजिवरि जें काव्य श्रमानें महा,
त्याचा सर्गतिजा निसर्गमधुर प्रेमादरें हा पाहा॥१३२॥

ह्या प्रकारें हा श्रीशिवाजिचरित्राख्यकाव्याचा तृतीय सर्ग समाप्त झाला.

॥ अथ शिवाजीचरित्रचतुर्थसर्गप्रारंभ ॥

साक्या.

दादोजीचें अनुमोदन मिळा. त्यावर.

अधींच भूपति इच्छित होता, चित्तीं राज्यसमृद्धी ॥
तयावरी अनुकूळ मिळाली, दादोजीची बुद्धी ॥ १ ॥

१ दादोजीचीं बायकामुलें यांस. २ त्या राजानें. ३ दादोजीच्या बायकामुलांचा. ४ त्या बायकामुलांतें.

सामीं दानीं दंडीं भेदीं, चतुर शिवाजी भूप ॥
सर्वोपायीं राज्य वाढवूं, धरिता होय हुरूप ॥ २ ॥

शिवाजीला राज्य वाढविण्यास उत्तेजन येतें.

प्रथम तयानें हा सर केला, किल्ला चाकण नामा ॥
तेथिल किल्लेकरी करि वश, करूनि तयासी सामा ॥३॥

तो चाकणाकिल्ला घेतो.

फिरंगोजी नावाचा होता, तेथिल जो सरदार ॥
आज्ञांकित त्याजला करोनी, ठेवी सपुत्रदार ॥ ४ ॥
बाजि मोहिते ह्मणुनि सुप्याचा, होता जो अधिकारी ॥
शिवराया तो वश्य न होयी, सामाच्या उपचारीं ॥ ५ ॥

सुपें परगणा घेऊं इच्छितो.

करूनि तयारी स्वारी त्यावरि, एकाएकीं केली ॥
त्यावेळीं त्या मोहीत्याची, शुद्धि बुद्धिही गेली ॥ ६ ॥

बाजी मोहित्यावर स्वारी.

सिंहा देखुनि जैसी धडकी, भरते कीं हत्तीला ॥
तैसी पाहुनि[1] भरली देतां, तोफेवर बत्तीला ॥ ७ ॥
गळे हातिचें शस्त्र तयाचें, वस्त्रहि सुटोनि गेलें ॥
भूपा[2] चित्तीं कृपा येउनि, आश्वासित त्या केलें ॥ ८ ॥
लढूं लागले मूढ तयांना, क्षितिपति धरणी[3] पाडी ॥
धारातीर्थीं स्नान घालुनी, सुरलोकाप्रति धाडी ॥ ९ ॥

युद्ध करणारास मारिलें.

आले जे नर शरण तयांना, मरण देइना राजा ॥
ह्मणे जरी तुह्मि खुषी असे तरि, या राहा, अथवा जा ॥१०॥

शरणागतास सोडलें.

ऐसेपरि तो सुपेपरगणा, करगत भूपें केला ॥
तेथिल अधिकारी बाजी, तो कैद करूनियां नेला ॥११॥
कोंडाणें नावाचा किल्ला, होता बळकट फार ॥
अतिक्रूर यवनाचा होता, त्यावरता अधिकार ॥ १२ ॥

---

१ तोफेवर बत्ती देतां पाहून त्या मोहित्याला तशी धडकी भरली असा अन्वय. २ शिवाजीला. ३ जमिनीवर (पाडी.)

कोंडाणें किल्ला घेतला.

परम कृपाळें नरपाळें नचि, कलह विकोप्या नेला ॥
परि तो सल्ला राखुनि किल्ला, अक्रेशें सर केला ॥ १३ ॥
धनादिकांच्या दानोपायें, शिवरायें यवनास ॥
वश केलें त्या योगें झाला, नचि जीवांचा नास ॥ १४ ॥

त्याचें नांव सिंहगड ठेविलें.

जसा वनचरीं उग्र दिसे तो, सिंह बहु रूपानें ॥
तसा गिरिंत हा म्हणुनि सिंहै त्या, नांव दिलें भूपानें ॥ १५ ॥

पुरंदर घेण्याचा उपक्रम व त्याची गोष्ट.

पुरंदराभिध दुर्ग तयाचा, होता द्विजे अधिकारी ॥
विजापुराच्या यवन नृपाची, प्रीती ज्यावर भारी ॥ १६ ॥
स्वर्गी गेल्यावरी विप्र तो, ज्येष्ठ पुत्र कीं त्याचा ॥
अधिकार स्वयमेव घेइ तो, होता जो स्वपित्याचा ॥ १७ ॥
बंधु तयाचे दोघे कलहा, करिती अधिकारार्थ ॥
संधी भूपा तोचि लाधला, साधायाला स्वार्थ ॥ १८ ॥
माध्यस्थीचे मिषें भूपती, दुर्गावर्ती गेला ॥
भेदविशारद युक्तीनें त्या, कैदी करिता झाला ॥ १९ ॥
स्वातंत्र्याच्या प्राप्तीसाठीं, भूपा अणितां त्यांनीं ॥
इष्टावाप्ति न होतां उलटी, झाली त्यांचिच हानी ॥ २० ॥
वातसुताचें पुच्छ पेटवूं, करि रावण जैं नेट ॥
तंव ते त्याचे केश मिशांचे, घेतेझाले पेठ ॥ २१ ॥
अथवा सापाच्या पेटाऱ्या, बळें पाडुनी भोंक ॥
भक्ष्याशेनें शिरे त्वरेनें, उंदिर त्यामधिं एक ॥ २२ ॥
प्रविष्ट होतां तुष्ट तयाला, भुजंग भक्षी जैसा ॥
त्यां बंधूंनां मनीं वाटला, प्रसंग आपुला तैसा ॥ २३ ॥

---

१ सिंहगड. २ ब्राह्मण. ३ हनुमंताचें. ४–५. हे दोनही विषादनालंकार आहेत.

शिवजी त्यांतें जीवदान, देउनियां बोले वाचा ॥
आणूं नका अणुमात्रहि चित्तीं, धाक तुह्मी कोणाचा॥२४॥
वर्णानुक्रमवशें विप्र तों, असती आह्मां पूज्य ॥
झालें तर घालवें आह्मीं, भोजन त्यांना सौंज्य ॥ २५ ॥
उलटें त्यांतें दुष्टबुद्धिनें, कष्टविणें हें कर्म ॥
अनुचित आमचा राजन्यांचों, नव्हेचि हा हो धर्म॥२६॥
गोब्राह्मणसंरक्षण व्हावें, हा माझा उद्देश ॥
ह्याचसाठिं हीं कर्में करितों, नसे दुजा हेत्वंश ॥ २७ ॥
दांवा आमुचा सेवा तैसी, यवननृपाची सोडा ॥
निजधर्माच्या अभिमानाच्या, यशा तुह्मि ही जोडा॥२८॥
जहागीर अणी गांव इनामी, देतों मीं तुह्मांस ॥
घेउनि ते निजधर्मीं वागा, त्यागा ह्या यवनास ॥ २९ ॥
धर्मशीळ बहु नृपाळ त्याची, ऐकुनि ऐसी वाणी ॥
विप्रमनीं ती क्षिप्र बाणुनी, आलें नेत्रां पाणी ॥ ३० ॥
कंठ अला दाटुनियां झाली, रोमांचित ही काया ॥
ह्मणती ब्राह्मण असोन आह्मी, जन्म आमुचें वांया॥३१॥
असो अतां जें झालें त्याचा, न शोक अह्मां योग्य ॥
वाटेनें डोइच्या भोगिलें, पाहीजे जें भोग्य ॥ ३२ ॥
ऐशा अनुतापातें पावुनि, नृपा बोलती बोला ॥
यौवनसेवनपातकसिंधू, अमुचां विस्मृत झाला ॥ ३३ ॥
त्याच्या तरणीं अह्मास तरणी, वाक्य तुमचें झालें ॥
त्यायोगें परतीर आमुच्या, करामती कीं आलें ॥ ३४ ॥

---

१ घृतयुक्त. २ राजांना. ३ द्वेष. ४ यवनाच्या सेवेनें झाला जो पापाचा समुद्र. ५ नौका.

बोलुनि ऐसें त्रिवर्ग बंधू, स्तविती त्या नृपतीला॥
ज्याच्या उपदेशें जिती ते, यवनाश्रयकुमतीला ॥३५॥
शिवरायें त्या आदरपूर्वक, गांव दिलें ईनाम ॥
ज्या योगानें सहज साधती, धर्म अर्थ आणि काम ॥३६॥

नीरा नदी व चाकण किल्ला यांच्या मधला देश घेतो.

अशा प्रकारें नृपें चातुरें, प्रदेश बहु जिंकीला ॥
ज्याच्या एक्या बाजुस नीरो, दुसऱ्या चाकण किल्ला॥३७॥
बहुत देश साधिला परंतू, एकहि माणुस जांया ॥
होऊं न दे तो तसाचि पैसा, खर्च करीना वांया ॥३८॥

बिजापूरच्या महम्मद बादशहाची स्थिति.

महामदाभिध यवन नरपती, राहे बीजपुरांत ॥
रात्रदिवस तो ख्याली खुशालि, भोगी स्वमंदिरांत ॥३९॥
नगरा शृंगारणें त्यापरी रुचिकर भोज्य व भक्ष्य ॥
यांजकडे लागलें सर्वदा, सकलहि त्याचें लक्ष्य ॥ ४० ॥
दारधनाचा अणि मदनाचा, मद चढलासे ज्यास ॥
तेणें न कळे प्राप्त शत्रुकृत, अपाय जो राज्यास ॥४१॥
ठाईं ठाईं रुचिर मंदिरें, उंच गोपुरें केलीं ॥
सौधांचीं अति उन्नत शिखरें, इंदुमंडळीं गेलीं ॥ ४२॥
अभिनव उद्यानांच्या शोभेचा ही केला थाट ॥
ज्या माजी पाण्याचे झुळझुळ, बहुत वाहती पाट ॥ ४३॥
नगराच्या भंवताले केले, सुंदर बागबगीचे ॥
जेथ जाति अणि कुंद मालती, वृंद तसे कदलीचे॥ ४४॥
नेवाळी गुलछबू मोगरी, मोतियास बहुवास ॥
शेवंती आणि गुलाब सुंदर, बहु रंगी गुलबास ॥ ४५ ॥
आंबे चंपक फणस जांभळी, बकुळीचे तरु थोर ॥
राघू मैना मनुष्यवाणी, बोलति, नाचति मोर ॥ ४६ ॥

---

१ यवनाश्रयाविषयकबुद्धीला. २ नीरानामकनदी. ३ महंमद.

परोपरीचे तरू फळांचे, पक्षिकुळांचे थाट ॥
ज्यांवरि बैसुन गाती मंजुळ, जसे नृपाचे भाट ॥ ४७ ॥
बागामध्यें केलिमंदिरें[1], यवननृपवरें केलीं ॥
तेथें तेथें अपलीं वकलें, आवडतीं ठेवीलीं ॥ ४८ ॥
ऐशा रंगामधें गुंग त्या, समरभंगें[2] समजेना ॥
शिवरायानें जरी घेतला, देश धाडुनी सेना ॥ ४९ ॥
वाघ वनीं उड्डाणें मारुनि, लांडग्यास मारीतो ॥
तसा शिवाजी शत्रुगणांसहि, दांडग्यांस मारी तो ॥ ५० ॥
अल्पहि वैरी उपेक्षिला जरि, दुर्बळ ह्मणुनी आधीं ॥
हळू हळू तो असाध्य होतो, जसा शरीरीं व्याधी ॥ ५१ ॥
या नीतीची नसे माहिती, यवननरपती यास ॥
ह्मणोनि गमतें नच करिता तो, झाला युद्धायास ॥ ५२ ॥
जोंवरि त्याचा पिता शहाजी, आहे अपल्यापासीं ॥
तोंवरि नाहीं वैर कराया, अवसर शिवरायासी ॥ ५३ ॥
असी कल्पना मनांत धरुनी, स्वस्थ असे यवनेश[3] ॥
परी शिवाजी नधरी चित्तीं, भीतीचा लवलेश ॥ ५४ ॥
कालियानिचा सुभेदार यन्नाम असे मूलाना ॥ बिजापुरास खजिना रवाना होतो.
बिजापुराप्रति अपार धन तो, करिता होय रवाना ॥ ५५ ॥
हेमरौप्य आणि माणिकमोतीं, अती अमोलिक रत्नें ॥
मेळविलीं होतीं त्या यवनें, सैरदारें बहुयत्नें ॥ ५६ ॥
उंटावर पेटारे त्यांचे, तैसें, अनंत वित्त ॥ तें शिवाजीस कळतें.
त्यांत असे, हें चार्रमुखानें, कळलें रायीं वृत्त ॥ ५७ ॥

---

१ क्रीडागृहें. २ पराभव. ३ बिजापूरचा बादशाहा. ४–५ मुल्लाना नामक सरदारानें. ६ दूतमुखानें. ७ शिपाजीला.

त्याकाळीं तो वळी मावळी, पत्ती अणि असवार ॥
अपल्या संगें घेउनि वेगें, निघे त्वरें अनिवार ॥५८॥

तो छापाघालू-न लुटतो.

अकस्मात् यवनाची सेना, गांठुनि घाली छापा॥
त्या देखुनियां ल्पति रिपु जसे, भगण यैमाच्या बैांपा॥५९॥
सिंहाच्या परि पराक्रमातें, हिरावुनी निजभाग ॥
घेई त्यासमयीं वैऱ्यांचा, कांहिं न चाले लाग ॥ ६० ॥
जे जे उठले हटें लढाया, कुटिले त्यानें सर्व ॥
हरिला धिटाईसवें शत्रुचा, सकल बलाचा गर्व ॥ ६१ ॥
धनासवें तो यशास घेउनि, खुशाल राजगडास ॥
येई, न गणी रिपुंगण जैसा, करिवर तनुंगत डांसें।६२।
बिजापुराच्या दरबाऱ्यांच्या, कानीं वार्ता गेली॥
कीं शिवरायें पथीं संपदा, हिरोनि अपली नेली ॥६३॥
ऐकुनियां हें यवन जनांच्या, होति कामना भग्न ।
सभय विस्मयांबुधीमधें ते[12] आगळे[13] जाले मग्न ॥ ६४ ॥

तो कांगोरी वगैरे किल्ले घे-तो.

कांगोरी अणि तुंग तिकोना, भोरप ही कुंभारी ॥
लोहगिरी अणि राजमाचि हे, साताहि किल्ले भारी॥६५॥
तळें तसें घोसाळें अणी, रेडीनामक किल्ला ॥
शिवसेना घे कोंकणचा ही, करुनी त्यावर हल्ला ॥६६॥
तेथें फत्तेखान म्हणोनी, एक शिद्धि सरदार ॥
असे शूर परि नृपसैन्यानें, करुनि सोडिला जेर ॥६७॥

---

१ स्वार (अश्ववार हा मूळ संस्कृत शब्द आहे त्याचा हा अपभ्रंश.) २ नक्षत्र समुदाय. ३-४ सूर्याला. ५-६ धनासह वर्तमान. हा सहोक्ति अलंकार. ७-१० मोठा हत्ती आपल्या शरीरावर बसलेल्या डांसास जसा गणीत नाहीं तसा शिवाजी शत्रुगणास गणिना. ११ आश्चर्यसमुद्रांत. १२ यवनलोक. १३ आकंठ. १४ मोठाले.

लोक मावळे हट्टी, कोंकणपट्टीमाजी गेले ॥
मोठीं मोठीं यवनाचीं ते, ठाणीं लुटिते जाले ॥ ६८ ॥
अगणित दौलत शिवसेनेनें, राजगडाप्रति नेली ॥
हेही वार्ता यवन नृपाच्या, कानावरती गेली ॥ ६९ ॥
सैसाध्वसीं मानसीं ह्मणे तों, "विचार करना कैसा ॥
दुष्मन् कभ्भी नहि देखा बे, मैंने अजलग ऐसा" ॥७०॥
चतुर विप्रवर योग्य पाहूनीं, कारकुनीच्या कामीं ॥
ठेवितसे नरपती भक्तिनें, देउनि त्या आसामी ॥ ७१ ॥
ऐसे ब्राह्मण बहुत होते, शिवरायाच्या पासीं ॥
स्वामिभक्त आणि अवश शत्रुला, धनादिच्या ही पाशीं ७२
लेखनविद्येमध्यें होते, पाटव त्यांनां थोर ॥
कलियुगांतले चित्रगुप्त ते, नको सांगणें फार ॥ ७३ ॥
कारकुनांच्या गणना काळीं, आधीं ज्या मोजावें ॥
असा त्यामध्यें सोनदेवसुत, असे अबाजी नांवें ॥७४॥
कोंडदेवसुतदादोजीची, होती ज्याला शिक्षा ॥
ज्या पासुनियां चातुर्याची, घ्यावी सर्वीं दीक्षा ॥ ७५ ॥
त्यानें सेने सर्वे घेउनी, कालियानिवर घाला ॥ आबाजी सोन देव कालियानी घेतो.
घालुनि तेथिल अधिकारी तो, सत्वर कैदी केला ॥७६॥
कालियानिचें ठाणे येतां, अबाजिच्या हातांत ॥
आसपासचे किल्ले झाले, तत्करगत सहजांत ॥ ७७ ॥
निजभृत्याचें कृत्य यापरी, शूरत्वाचें खूप ॥
ऐकूनि हर्षांबुधीमध्यें तो, निमग्न जाला भूप ॥ ७८ ॥

---

१ सभयचित्तीं. २ रोजगार—चाकरी. ३ पाशानें (द्रव्य घेऊनही वश होणारे नव्हते.)

चारु वारुवर सवार होउनि, कालियानिला आला ॥
अबाजिला आलिंगन देउनि, बोले प्रेमें त्याला ॥७९
"धन्य अबाजी राय शत्रुची, खाय जिरविली खासी ॥
मी ही धन्य कीं वीर यापरि, असती ज्याच्या पाशीं ॥८०
हिंदूच्या धर्माला कुमती, करिती जे अतिपीडा ॥
त्यांना शिक्षा करण्याचा तों, अह्मी उचलिला वीडा॥८१
त्यांत अह्माला तुह्मासारिखे, एकनिष्ठ सहकारी ॥
तर मग आह्मी रणांत जाणा, अंतेकास ही भारी"॥ ८२
बोलुनि ऐसें वस्त्रभूषणें, देउनियां मानाचीं ॥
सुभेदारिची जागा त्यासचि, दिली कालियानाची॥८३
मग त्या नूतन जित देशांतिल, थोर पुरातन लोकां ॥
घेत विचारानें होत्या चालू, रीती तिकडे ज्या कां ॥८४
पहिल्या राजांचीं जीं दानें, देवस्थानें तैसीं ॥
पुढें चालवी, आलीं होतीं, चालत मागुन जैसीं ॥८५
न करी कोणी कोणावरती, जुलूम अथवा दस्त ॥
ऐसा केला नीतिविदें[2] त्या, तिकडिल बंदोबस्त ॥८६
आबाजीला स्थापुनि तेथें, आपण राजगिरीला ॥
शूर सैनिकांसमेत सत्वर, निघूनि येता जाला ॥८७॥
शिद्दी फत्तेखान कदाचित्, करिल मागुती हल्ले ॥
यास्तव बिरवाडी[3] लिंगाणा, दोन बांधिले किल्ले ॥८८
तेथें अपुले ठेउनि दिधले, सैनिक पाहुनि शक्त ॥
आज्ञा करि त्यां नजर ठेवण्या, शिद्दीवरती सक्त ॥८९॥

---

१ पमास. २ नीतिशास्त्र जाणत्यानें (शिवाजीनें.) ३-४ किल्ल्यांची नांवें. यांच्यामध्यें आणि हें उभयान्वयी अव्यय अध्याहृत आहे.

सुभेदार मुल्ताना जो कां, होता कैदी केला ॥
आबाजीनें, नृपें कृपें तो, अपल्यापाशीं नेला ॥९०॥
वस्त्रभूषणें देउनि त्याच्या, करोनियां बहुमाना ॥
बीजपुराप्रति नृपें धाडिला, मुक्त करूनि मूल्ताना ॥९१॥
सिंहाचा जो बालक त्याची, पाहुनि सहजक्रीडा ॥
मत्तमतंगजयूथपतीच्या, चित्तीं होते पीडा ॥ ९२ ॥
दिनानुदिन त्यापरी पाहुनी, वृद्धी शिवरायाची ॥
आग तळींची जाय मस्तकीं, यवन नरपती याची ॥९३॥
शिवजी ऐसा करूं लागला, देशीं अचाट कृत्य ॥
पिता तयाचा शाहाजि याचें, साह्य असेलचि सत्य ॥९४॥
असें कल्पुनी त्याला कैदी, करावयाचें काम ॥
सांगे एका, ज्याचें बाजी, घोरपडा हें नाम ॥ ९५ ॥
त्यावेळीं तो शहाजि होता, करनाटक देशांत ॥
कळूं न देतां घोरपड्यानें, केला त्याचा घात ॥९६॥
त्यानें भोजनमिषें, शाहाजी, याला बोलावीलें ॥
एकाएकीं धरूनी त्याला, बळेंच कैदी केलें ॥९७॥
बीजपुराप्रति यवननरपती, समक्ष आणुनि त्याला ॥
क्रोधावेशें धमकी देउन, आज्ञा करिता जाला ॥९८॥
तुझा पुत्र बहु मत्त होउनि, झालासे रे पुंड ॥
तुझ्या विचारा वांचुनि ऐसें, कधींच न घडे बंड ॥ ९९ ॥
याचें वारण त्वांच करावें, कारण तूंच सहाय ॥
तुझ्यामुळें हा माझ्या राज्या, होतो थोर अपाय ॥१००॥
या बोलावर उत्तर करिता, जाला तो[3] यवनेशा ॥
ऐसा कैसा अणितां आपण, चित्तीं हो अंदेशा ॥१०१॥

बिजापूरचा पादशाह शहाजीला कैद करून नेतो.

तो शहाजीला त्याविषयीं विचारितो.

शहाजी आपली मदत नाहीं म्हणून विनवून सांगतो.

१ बिजापूरचा पादशहा. २ हें कर्तृपद. ३ शहाजी. ४ बीजापुरच्या पादशाहाला.

खरें सांगतों नसोचे माझें, बंडामध्यें अंग ॥
मुलगा माझा फार दांडगा, त्याचे सारे ढंग ॥१०२॥
संशय माझा धरूंनका जी, मनांत अपल्या कांहीं ॥
पुत्र असोनी मज बापाचें, देखिल मानित नाहीं ॥१०३॥

तें पादशाहास खरें नवाटून, तो त्याला कोठडीत कोंडून ठेवितो.

परोपरी यापरी विनवणी, केली त्या यवनाची ॥
तरी तया दुष्टांस न वाटे, गोष्ट तैयाची सांची ॥१०४॥
जबरदस्त कोठडी चिऱ्यांची, नसे दारही जीला ॥
यमस्वरूप क्षितिपैं तीमध्यें, कोंडी शाहाजीला ॥१०५॥
ह्मणे जरी तो शरण शिवाजी, येईल सत्वर मातें ॥
तरीच या प्रतिबंधांतुनियां, मुक्त करिन मी तूंतें ॥१०६॥

तें पाहून सर्व लोक शोक करितात.

अशाप्रकारें निशाचरी ती, कृती ऐकुनी कानीं ॥
दुःखें पिटिलीं अपलीं ह्रदयें, सकल सदय लोकांनीं १०७
बीजपुराप्रति अजवरि नरपति, झाले कीं ऊदंड ॥
परि कोणीही अपराधाविण, असा न केला दंड ॥१०८॥
हरहर ईशा कशाप्रकारें, पहा होत जुलूम ॥
अशा रीतिच्या अन्यायाचा, कठिण असे परिणाम।१०९।
ऐसें वदती सद्गद चित्तीं, होउनि नेत्रीं अश्रू ॥
येती तींहीं भिजुनि होती, तिंब गाल व श्मश्रू ॥११०॥

शिवाजीला तें वृत्त कळतें.

इकडे शिवरायाला कळलें, वर्त्तमान बापाचें ॥
धीर शूर परि जनकदयेनें, चित्त जयाचें काचें ॥१११॥
शिखानष्ट अति दुष्टपणानें, पीडितसे बापाला ॥
दाविन हाता, तरि तो आतां, घेईल प्राणाला ॥११२॥

---

१ शहाजीची. २ सत्य. ३ यमासारखा निर्दय. ४ पादशाह. ५ राक्षसी, हें कृतीचें विशेषण. ६ जीव (शहाजीचा.)

प्रस्तुत यास्तव नम्रपणानें, जाउन त्याच्या पाशीं ॥
सक्ति न करितां मुक्त करावें, कैदेतुन बापासीं ॥ ११३ ॥ बादशाहाला शिवाजी शरण जाऊं इच्छितो.
अशा प्रकारें विचारांबुधीमधें, बुडे तो थोर ॥
कसें सोडवूं पित्या ममाचा, तया लागला घोर ॥ ११४ ॥
ग्लानी आली तनू वाळली, चिंता जाळी राजा[1] ॥ सई नामें त्याची स्त्री त्याचा निषेध करून दुसरी युक्ति करायाची मसलत सांगते.
देखुनि ऐसी स्थिती पतीची, बोले त्याची भाजा[2] ॥ ११५ ॥
प्राणनाथ मी विनती करित्यें, कर जोडुन पायांची ॥
स्वस्थ असाजी कशास चिंता, करितां ही वांयांची ॥ ११६ ॥
महाराज सामाचा तुमचा, विचार दिसतो झाला ॥
परि राजा तो बिजापुराचा, योग्य न विश्वासाला ॥ ११७ ॥
अति दुर्जन तो यवन जनाचा, स्वामी निर्दय फार ॥
मृदू कराने कुरवाळीला, तरि जाळी अंगार[3] ॥ ११८ ॥
श्वानांचें शेपुट बळानें, नळीमधें ही घाला ॥
तरी वक्रता जाउन त्याची, नये सरळता त्याला ॥ ११९ ॥
सापाचें बहु आर्जव करुनी, दूध पाजिलें त्यास ॥
तरि तो अंतीं दंश कराया, न धरी संकोचास ॥ १२० ॥
तसाचि साचा कुमति नरपती, आहे हा यवनाचा ॥
जरी प्रार्थिला तरी न सोडिल, दावा तो स्वमनाचा ॥ १२१ ॥
यास्तव चित्तीं भीति धरिलसा, खांसा यत्न करावा ॥
सकल तयाच्या भयास सोडुनि, हृदयीं धीर धरावा ॥ १२२ ॥
असी योजितां युक्त[4] पहा तो, मुक्त करिल वडिलांस ॥
अणि हें करणें कारण होईल, मोठया लौकीकास ॥ २३ ॥
ऐसी राणी जोडुन पाणी, बोले वाणी जी ती ॥
ऐकुन कानें थोर सुखानें, तोषा पावे चित्तीं ॥ १२४ ॥

१ शिवाजीला. २ भार्या. ३ निखारा. ४ युक्ति.

शिवाजी आपल्या स्त्रीची स्तुति करितो.

ह्मणे धन्य तूं कांता झटसि, चिंता दूर कराया ॥
नीती जी सांगसी मानसीं, मानवली माझ्या या ॥ १२५ ॥

शहाजिहान नामें दिल्लीच्या पादशाहास शिवाजी हा विजापूरकराचें कृत्य कळवितो.

शहाजिहान ख्यात असे जो, सार्वभौम दिल्लीश ॥
पत्रद्वारें बिजापुराधिपकृत्य कळवि नृपे[1] त्यास ॥ १२६ ॥

त्यावरून तो पादशाह बिजापूरकरास ताकीदपत्र लिहितो.

दिल्लीशानें बिजापुरेशा, पत्रीं ताकिद सक्त ॥
देउन लिहिलें कीं हें तुमचें, कृत्य नव्हे हो युक्त ॥ १२७
असे जरी भुजयुगीं पराक्रम, तसें वीर्य तुह्मांस ॥
तरी संगरीं[2] लढोनि हारी, आणावें वैऱ्यास ॥ १२८ ॥
अपराधाविण त्याच्या आप्ता, कैद करून सडवावें ॥
अशा प्रकारें कपटयुक्तिनें, शत्रूला अडवावें ॥ १२९ ॥
हें तों अबळा नरपाळाचें, कृत्य निश्चयें जाणा ॥
शूर लढोनी घेतो अथवा, देतो अपल्या प्राणा ॥ १३० ।
अतां शेवटीं एक सांगतों, ठेवावें तें लक्षीं ॥
न्यायाचे पक्षास अह्मी अन्यायाचे प्रतिपक्षी ॥ १३१ ॥

त्यावरून बिजापूरचा पादशाह.

अशापरी ती दिल्लीशाची येतां त्याला आज्ञा ॥
होवुनि भग्नोत्साह तयाची चंचल जाली प्रज्ञा ॥ १३२ ।

शहाजीला बंदांतून सोडतो.

शहाजिला तो कोठडींतुनी, मुक्त करी यवनेश ॥
परी अंतरीं तयास झाले, तसें कराया क्लेश ॥ १३३ ।

तेणेंकरून त्याला आनंद होतो.

सक्ति नकरितां अशा युक्तिनें, मुक्ति करी बापाची ॥
वशीं मुक्तिच्या जाली शांती, त्याच्या हृत्तापाची ॥ १३४

---

[1] शिवाजी. [2] युद्धांत.

ज्याचा तात असे सदाशिव कृती, माता सती पार्वती,
गांव त्र्यंबक हें गणेश अभिधा लेले उपाख्याहि ती ॥
त्यानें निर्मियलें शिवाजिवरि जें काव्य श्रमानें महा,
त्याच्या ह्या चवथ्या रसाळ बुधहो सर्गा कृपेनें पहा ॥ ३५

ह्या प्रकारें हा श्रीशिवाजिचरित्राख्यकाव्याचा चतुर्थ सर्ग समाप्त झाला.

अथश्रीशिवाजीचरित्रपंचमसर्गप्रारंभ.

श्लोक.

मग शिवाजि पुनश्च पराक्रमा,
करुनियां धरि तो विजयक्रमा ॥
विषय जिंकितसे रिपुचे बळी,
बहुत सैन्य जयासह मावळी ॥ १ ॥

शहाजीची मुक्तता झाल्यावर शिवाजी पुनः देश जिंकायास लागतो.

आर्या.

कोंकणपट्टीमध्यें, जिंकायाचीं स्थळें बहू होतीं ॥
तीं तीं सैनिक धाडुनि, आणिता जाला पराक्रमें हातीं ॥ २ ॥
चंद्रराव मोरे या, नावें जो जावळी प्रदेशाचा ॥
राजा, त्याला आश्रय, होता मोठा, यवननरेशाचा ॥ ३ ॥
रघुनाथपंत तैसा, संभाजी, कावजी ह्या उभयतांस ॥
धाडुनि पुढें तयांच्या, हतें करवि, तो नरेश भेदास ॥ ४ ॥

चंद्रराव मोरे म्हणून जावळी-प्रदेशाचा राजा होता त्याला मारून त्याचें राज्य घेतो.

१ देश जिंकण्याच्या क्रमाला (धरी.) २ देश. ३ हे दोघे सरदार होते. ४ शिवाजी. ५ सामादिउपायां पैकीं एक (कपटयुक्ति.)

त्यांनीं छद्में करूनियां, सानुज तो मोरे मारिला आधीं ॥
यद्योगानें त्यांच्या, मंत्रिजना होय पीडिता आधी ॥ ५ ॥
प्रत्यक्ष हिंम्मतचि तो, जाणों ह्मणुनीच नांव तें[७] जास ॥
ठेवियलें ऐसा त्या, होता, मंत्रिप्रवीर राजास ॥ ६ ॥

श्लोक.

युद्धास तो होउनि सिद्ध येत, मंत्री तदा चंद्रसुतासमेत ॥
गर्जोनियां तो करि अट्टहासा, हतांमध्यें घेउनि चंद्रहासा ७

तंव विलोकुनियां शिवरायजी,
बहुत तीव्रशरें रिपुकाय जी ॥
त्वरित विंधितसे जंव मंत्रिही,
कुपित धांवत येत जसा अही ॥ ८ ॥
मग तयास शिरीं शिव भूपती,
ह्मणुनि आयुध पाडितसे क्षिती[१२] ॥
अतिबळेंचि तदायुध तो धरी,
तंव तया शिव खंडितसे[१४] करीं[१५] ॥ ९ ॥

तसाचि तो युद्ध करीत थोटा, जो शूर तैसाचि बलाढ्य मोठा॥
थोट्या करानें स्वरिपूस वैरी, धरावया येति तयांस मारी १०
देखोनियां शूरपणा तयाचा, आश्चर्यसिंधू खवळे नृपाचा ॥
राहेउभा तीक्षणए कमानी, इच्छी करूंत्यांचिनजीवहानी ११

---

१ कपट. २ भावासुद्धां. ३ चंद्रराव मोरे. ४ चंद्रराव मोऱ्याच्या. ५ चिंता. ६ धैर्य. ७ हिम्मतराव हें नांव. यावर ही उत्प्रेक्षा. ८ चंद्रराव मोरे यांच्या पुत्रासह. ९ तरवारीस. १० शत्रुदेह. ११ सर्प. १२ पृथ्वीवर. १३ शिवाजीचें शस्त्र. १४-१५ हात तोडून टाकी (शिवाजी.) १६ निवारण करी.

वाखाणुनीयां नृप त्यास बोले, ह्मणे तुवां युद्ध अपूर्व केलें ॥
आतां जरी जीवन इच्छिसी तूं, आह्मा मिळें सोडुनि सर्व किंतु[1] १२
तो[2] उत्तरा देत नरेश्वरास, असे जिवाची तुजलाच आस ॥
तरीं मला तूं शरणार्थि होई, आलास तैसा स्वपुरास जाई। १३।
व.क्यें चढे ह्मा नृप थोर कोपा, लावोनियां बाण सुतीक्ष्ण चापा ॥
न लागतां ही पळ एक साचें, तोडूनि पाडी शिर वैरियाचें १४
करीत होते रण चंद्रपुत्र, पराक्रमा दाविति ते विचित्र ॥
होऊनियां पूत[3] नृपास्त्रपातें, गेले त्वरें तेहि सुरालयातें[4] ।१५।

आर्या.

हाहाकार करित तैं, रिपुसैनिक लागले पळायांस ॥
दे नविदान त्यां नृप, जे आले शरण शीघ्र पायांस[5] ॥ १६ ॥

श्लोक.

वासोटनामा बहु थोर किल्ला, घेई तयालाहि करोनि हल्ला ॥ — तो वासोटा किल्ला घेतो.
अशा रितीं जावळिचा प्रदेश, संपूर्ण जिंकी स्वबळें नरेश ॥ १७ ॥
रोहिडाख्य हो दुर्ग जो असे, त्यास जिंकण्या भूप येतसे ॥ — रोहिडा किल्ला रात्रीं शिडी लावून घेतो.
घेउनी सर्व लोक मावळी, त्यांवरी चढे भूपती बळी ॥ १८ ॥

जरि नसे चढण्या वरि मार्ग हा,
शिडिच लाउनियां चढला पहा ॥
जंव निशा प्रहरद्वय जाहली,
तंव नृपाळिचमू[6] वर पातली ॥ १९ ॥

निद्रिस्त होता तंव दुर्गपाळ, उठे तदा ऐकुनि घालमेल ॥
तत्काळ पाहोनि रिपू सत्यानें, खड्गा सुतीक्ष्णा धरिलें करानें २०

---

१ संशय. २ हिम्मतराव. ३ पवित्र. ४ स्वर्गास. ५ आपल्या पायांस. ६ शिवाजीचें लश्कर.

धावे शिवाजीवरि दुर्गपाळ, तयास हातें धरि तो नृपाळ ॥
तो लागले कोपवशें लढूं ते, पाडूं पहाताति परस्परांते ॥२१॥
मत्ता[1] मतंगास मृगेंद्र[2] जैसा, त्या दुर्गपाला शिवराय तैसा ॥
भूमीतळीं पाडि तदाच होय, त्याचें करीती बघुनी सहाय[3]२२

आर्या.

शिव तोचि भीम जाणा, दुर्गाधिप तोचि कीचक प्रबळ ॥
तन्मारणीं[4] जनाला, कैसें वाटेल, सांगपा नवल ॥ २३ ॥
बाजीपरभूनामा, रिपुपक्षी एक तेथ सरदार ॥
होता, त्याच्या शौर्या, पाहुनियां भूप तोषला फार ॥२४॥
वस्त्रालंकरणादिक, देउनि त्याला शिवाजि सन्मानी ॥
ठेवी अपुल्यापासीं, रिपुच्याही, जो गुणास बहु मानी ॥२५॥

श्लोक.

ऐसा किल्ला रोहिडा राजयाला, शूरत्वाच्या उद्यमें प्राप्त झाला॥
तेथें त्याणें ठेउनी सेवकाला, येता झाला मागुतीस्वस्थळाला२६

नीरा व कोयना ह्यांच्या मधील घेतलेला मुलूख व पारघाट ह्यांच्या रक्षणार्थ तो प्रतापगड नावाचा किल्ला बांधितो.

नीरा आणिक कोयना ह्मणुनियां ज्या दोन ही वाहिनी,
तत्तीरीं नवदेश[7] तो विलसतो जो जिंकिला मज्जनीं[6] ॥
तैसी वाटहि पारघाट ह्मणुनी सह्याद्रिच्या भीतरीं,
ह्यांचें रक्षण होइल स्फुट जरी दुर्गास बांधूं तरी ॥ २७ ॥
ऐसें योजुनि मानसीं अरिजना, दुर्भेद्य ऐसा त्वरें,
कृष्णेच्या उगमीच निर्मित करी दुर्गास अत्यादरें ॥
त्याचें ठेवितसे प्रतापगड हें नांव स्वयें भूपती,
ज्याचा विक्रम ऐकुनी थरथरां शूराग्रणी कांपती ॥२८॥

---

१ माजलेला हत्ती. २ सिंह. ३ करीती याशीं अन्वय ४ भीमानें कीचक मारिला त्यांत. ५ नवा. ६ माझ्या लोकानीं. ७ नवीन जिंकिलेला मुलुख व पारघाट.

आर्या.

उपनांव पिंगळे हें, मोरोत्रिंबक असे जया नाम ॥
त्याकरवीं दुर्गाचें, केलें ह्या भूमिपालकें काम ॥ २९ ॥

त्याचें काम कोणाकडून केलें तें.

ज्या नांव शामराव, होता जो कारभारि अपणाला ॥
त्यालाच तैं नृपतिनें, चढविपलें पेशवाख्य पदवीला॥३०॥

प्रथम पेशवा कोण केला तें.

बीजपुरेश[1] स्वर्गी, गेल्यावरि अलिनाम[2] तत्कुमरें ॥
घेता झाला स्कंधीं, निजजनकाच्या समस्त राज्यधुरे[3]॥३१॥
तैं दिल्लीश्वरनंदन, ज्याचें अवरंगजेब हे नाम ॥
त्याच्या बीजपुरेशा[4], सह युद्धाचा, मनीं उठे काम ॥३२॥

बिजापुरचा महम्मद नावें पादशाह मेल्यावर त्याचा पुत्र अली हा पादशाहा होतो

त्याणें बहुसेनेसह, येवुनियां दक्षिणेंत शीघ्रगती ॥
वेढुनि बीजपुराप्रति, जेर करी अलिनाम तो[5] नृपती[6] ३३
त्यासीं शिवरायानें, केलें इष्टत्व साम चतुरानें ॥
दाभोळप्रांत सत्वर, केला सर त्याचिया विचारानें ॥३४॥

शिवाजीनें औरंगजेबाशीं इष्टत्व केलें.

श्लोक.

दिल्लीपती बीजपुराधिनाथ, यांचें तदा युद्ध अपार होत ॥
पूर्वी जसें कौरवपांडवाचें, तें कोण वर्णील कवींद्र वाचे ॥३५॥
होवोनियां भीत मनांत अल्ली, दिल्लीपतीची अनुरागवल्ली[7]॥
तो वाढवी तैं करदान[8]वारी, घालोनियां कोपज ताप[9]वारी ३६

नृपा चित्तीं वाटे; लुटुन सघनें मोंगलपुरें,
अपार द्रव्याचें हरण करिजे हो निजकरें ॥
तयाच्या योगानें प्रचळ दळ ठेवोनि अगळें,
समस्तां जिंकावें क्षितिपतिगणातें अतिबळें ॥३७॥

---

१ बीजापुरचा पहिला पाछाय मेल्यावर. २ अली या नांवाचा. ३ राजकारभारास. ४ अलीबरोबर. ५ औरंगजेबानें. ६ औरंगजेब (अलीला जेर केलें.) ७ प्रीतीरूपवेल. ८ खंडणी हेंच कोणी पाणी. ९ रागापासून झालेला संताप. (यातें निवारी)

तो जुन्नर लुटितो

विचारातें ऐशा करुनि शिवराय प्रभुवर,
त्वरें जावोनीयां लुटित निशि तो जुन्नरपुर ॥
अपारद्रव्याचे कलश व अलंकार हि तसे,
बहू उंचीं वस्त्रें अनुपम हरोनी आणितसे ॥३८॥

आर्या.

तो अहमदनगर लुटितो.

नगरा अह्मदपूर्वा, प्रति तेथुनि जाय भूप लौकरि तो ॥
त्यातें बळें लुटोनी, तेथिल धनही स्वहस्तगत करि तो ॥३९॥
अश्वांचीं सात शतें, तैसे मदमत्त हस्ति ही चार ॥
हारुनि तेथुनि धाडी, राजगडाप्रति नरेश साचार ॥४०॥

श्लोक.

तो नवीन स्वार ठेवितो.

शिवाजि गेला मग तो पुण्यास, ठेवी नवे स्वार लढावयास॥
त्यांचा दिला तैं अधिकार एका, जाचें असे माणकु नांव देखा ४१

आर्या.

शूर अणी स्वपित्याचा, स्नेही ह्मणुनी तयास सन्मतिनें ॥
सरनौबत ही पदवी, देउनियां ठेविलें धरापतिनें ॥४२॥

श्लोक.

तो नेटाजी पालकर यास सरनौबत करितो.

तो झाला जंव माणकू मृतिवशें स्वर्गाधिवासी तदा,
त्याच्या भूपतिनें दिलें गुणविदें नेटाजि यातें पदा ॥
जाची पालकर प्रसिद्ध सकलीं लोकीं उपाख्या असे,
यन्नामश्रवणीं रणीं रिपुगणीं भी घेइजे मानसें ॥४३॥

मोंगलाईतली देशमुखी अवरंगजेबापासून घेतो.

युद्धीं औरंगजेब प्रबल निजबळें जिंकुनीयां अरीतें,
घेई ज्याजे कराच्या बहु धन मग तो जाइ दिल्लीपुरीतें ॥

१–२. अस्मद् ही अक्षरें ज्यांच्या पूर्वी आहेत असें नगर ह्मणजे अह्मदनगर यास. ३ माणकूच्या. याचा अन्वय पदाशीं. ४ नेटाजीची. अहनाव. ५ हे विजापूरच्या पादशहातें.

दूता हातें तयातें कळवुनी अपुली मोंगलाच्या प्रदेशीं,
होती जी देशमूखी परत नृपति घे मागुती शौर्यराशी ॥ ४४ ॥
होता आदिलखाननामक मुसल्मान स्वयें, कोंकणीं,
लोकांतें करि तो परोपरि बहू बाधा असें जाणुनी ॥
त्यातें ही विपुलें बलें करुनियां जिंकीत युद्धांगणीं,
जो पंचाननसा स्वयें हि हरिणा ऐसें अरीतें गणी ॥ ४५ ॥
कृत्यें यापरि दुःसहें शिवजिनें राज्यांत आरंभिलीं,
तीं तो[8] शूर अणी बलाढ्य ह्मणुनी त्या मोंगलें साहिलीं ॥
होता यौवनकीर्तिचंद्र सगळा खंडीं यया भोंवतीं,
तें ग्रासार्थचि वाटतें उगवला केतूचि हा भूपती ॥ ४६ ॥

आर्या.

नंतर नवीन सेना, ठेउनियां तो समुद्र[13]तटदुर्ग ॥
घेताजाला धाडुनि, अंपुले तेथेंहि शूर बळवर्ग ॥ ४७ ॥
नौकासैनिक ठेउनि, जिंकितसे[14] अब्धितें हि भूमिपती ॥
आपेंही त्या केलें, जाणो भू[16]मत्सरें स्वकीय पती ॥ ४८ ॥
अल्लीचा दिल्लीशा, सह सल्ला होय तें [17]तेंथें जें का ॥
केले पठाण दूर, स्वतां शिवें ठेविले तयां लोकां ॥ ४९ ॥

तो समुद्रतीरचे किल्ले घेतो.

तो आरमार ठेवितो.

तो अल्लीनें दूर केलेले पठाणलोक चाकरीस ठेवितो त्यावर उत्प्रेक्षा.

---

१ शिवाजी. २ कोंकणांत. ३–४ आपण सिंहाप्रमाणें (असून.) ५–६ शत्रु तें हरिणाप्रमाणें. ७ योजी. ८ शिवाजी. ९ ययनाचा कीर्तिरूप चंद्र. १० हिंदुस्थानांत. ११ कीर्तिचंद्रमासार्थे. १२ केतुनामक ग्रह. १३ समुद्रतीरचे किल्ले. १४ समुद्रातें. १५ जलसमुदायानें. १६ पृथ्वीच्या हेव्यानं पृथ्वीचा पति होता ह्मणून पाण्यानेंही आपला पति शिवाजी केला असी उत्प्रेक्षा. (येथें क्षिति आणि आपएततत्शब्दगत स्त्रीलिंग पती करण्यास अनुकूळ आहे.) १७ अल्लीनें.

जाला आ[1]पक्षितिपति, ह्मणुनच जाणो पठाण अलीचे ॥
केवळे[2] भू[3]पति सोडुनि, सेवक झाले शिवांघ्रिवल्ली[4]चे॥५०॥
चंद्र[5]रायरघुना[6]थ तो, केला सैनिक पठाणलोकांचा ॥
तेजोभंजक रिपुचा, नच शोभति होहिऱ्या पुढे कांचा॥५१॥

श्लोक.

ऐसा त्याचा प्र[7]तापज्वलन अनुदिनीं वाढता होय जेव्हां,
नेटाजी[8] मुख्य सेनाधिप प[9]वनचि ते जाहले साह्य तेव्हां ॥
वैरिव्रा[10]तांटवीचें दहन करित तें धूम जो कां निघाला,
त्यायोगें अलि[11]कीर्त्यौषधिप, जणुं ते[12]यो कौ[13]लिमाप्राप्त जाला॥५२

अली हा अफ़सुलखाना- ला शिवाजीवर योजितो.

ऐसा तो रिपु पाहुनी प्रबळ हो, अलीनृपें सत्वरी,
कोपानें बहु सैन्य सिद्ध करुनी, त्या योजिलें त्यावरी ॥
होता आफ़्सुलखान नामक मुसल्मान प्रतापी महा,
सेनानायक त्याजला करुनियां धाडीतसे तो पहा ॥५३॥
घोडेस्वार तसेंच पायदळ जें योधांस ही मारितें,
तोफा आणिक खड्ग तोमर, गदा, भाले, न बापीं रिते[14]
जे जाला मदमत्तवारण, तसीं उंटें अकुंठें हि तीं,
सेना आफ़्सुलखान घेउनि निघे, हाले भरें तैं क्षिती ५४
जातां गर्जुनि तो[15] वदे निजजनांमाजी बहू दांडगा,
जैसा कां विपिनीं[16] कुरंगनिकरीं[17] बैसोनियां लांडगा ॥

---

१ आप आणि क्षिति या दोहोंचाही पति शिवाजी ह्मणून. २–३ एकया क्षितीचाच पति (अली) ४ शिवाजीचे चरणवल्लीचे. ५–६ चंद्रराय मोऱ्याला मारणारा रघुनाथपंत. ७ प्रतापरूप अग्नि. ८–९ नेताजी पालकर प्रमुख सरदार हेंच वायु. १० शत्रुसमुदायरूप अरण्याचें. ११ अलीचा कीर्तिरूप चंद्र. १२ अलीच्या कीर्तिरूप चंद्राला. १३ काळेपणा. १४ शून्य (हें भात्याचें विशेषण.) १५ आफ़्सुलखान. १६ अरण्यांत. १७ हरिणाच्या समुदायांत.

आतां जाउनि येथुनी शिवजिला सिंह स्वयें जंबुका,
तैसा मी वधुनी तया धरुनि वा घेवोनि येतों निका॥५५॥
[1]तार्क्ष्यापुढें साप कसा टिकेल, हिऱ्यापुढें गार कसी विकेल॥
माझ्यापुढें ते[2]विशिवाजिकाय,त्याच्याक्षणार्द्धांतचिरीनकार्यं ५६
ऐसी ऐकुनि बल्लाना नृपतिनें, त्या यावनें [3]सत्कृती,
खानाची [4]बहुतांपरी करुनियां, आरंभिली तत्स्तुती ॥
तूं वा धन्य नसेचि अन्य तुजसा, काढोनियां स्वीकरी,
कांटो तो शिवरूप मत्हृदयिंचा निःशल्य मातें करी ५७
बोलोनियां यापरि गर्वयोगें, तो खान सेनेसह जाय वेगें ॥
तेव्हां प्रतापाख्यगडा समीप, जेथे असे तैं शिवराय भूप ५८

आर्या.

अल्पहि असतां देशीं, बहुविध अस्मज्जनांस तापातें ॥
"तरि लवची शिर अथवा,अविलंबित तूं स्वकीय चापातें" ५९
क्षुद्रास मारणें हें, अनुचित जाणोनि सिंह कृतन्यास ॥
तैसा मी अज तुजला, देतों घे जीवदान भितन्यास॥६०॥
संदेश असा उद्धत, बलमत्तें धाडिला तेथें कुटिलें ॥
परिसुनि ह्मणे नरपती,कपट करूनि यास पाहिजे कुटिलें ६१
मग तो [10][11]भेदविशारद, करिता जाला सुयुक्ति शत्रुवधीं ॥
अनलसपणें जयाच्या, मिळेंगे कार्यास अल्प ही अवधी ६२

शिवाजी कपट युक्तीनें अफजुलखानास मारितो तो प्रकार.

श्लोक.

सामोपाय करोनियां वश करी तत्सेवका भूपती,
जीवांचा क्षय होइना जिकडुनी, युक्ती करी त्यारिती ॥

---

१ कोल्ह्याला. २ गरुडापुढें. ३ देह. ४ सत्कार. ५ शिवाजी. हाच माझ्या हृदयांतील कंटक. ६ शल्यरहित (निश्चिंत.) ७ देतोस. * हा विकल्प चमत्कृतिजनक आहे ह्मणून हा विकल्पालंकार होय. ८ स्थानलें. ९ त्यें याचें विशेषण. १० शिवाजी. ११ भेदी.

धांडी त्यास निरोप की अबल मी, तुह्मी प्रतापी खरे,
सेनाही तुमची विलोकुनि मला अंगीं भरे कांपरें ॥ ६३ ॥

आर्या.

यास्तव सेना सोडुनि, दूर ठिकाणीं बसाल येउनियां ॥
तरि मी शरण तुह्माला, येइन संपूर्ण, राज्य टाकुनियां ६४
ऐकुनि संदेशा असा, बोले उपहास करुनि तो खान ॥
येतां उंदीर शरण, पावे केसरि कदापि तो खान ॥ ६५ ॥
आहे असें तथापी, याचितसे भेट माझि पामर हा ॥
कळवा त्या कीं नवदूं, शब्दहि शरणार्थि यांस "तूं मर" हा ६६
उदईक भेट होइल, ऐसें मदमत्त कळवि तो राया ॥
शिववीर्यास न जाणुन, स्वबळाचा मूर्ख दावि तोरा यां ६७

श्लोक.

अन्येद्यू भूप सारी उठुनि झडकरी स्नानपूजादिकर्मा ॥
विप्रांतें क्षिप्र संतोषित करि, करुनी स्वीकरी दानधर्मा,
मातेच्या पादपीठीं निज शिरकमला ठेउनी भक्तिभावें,
बोले "माते असोंगे जयमम, रिपुचानाशतैसास्वभावें" ॥ ६८
आला दाटुनि कंठ तेंवि तनुही रोमांचिता जाहली,
नेत्रीं अश्रुजलें निघूनि विपुलें गालावरी चालली ॥
कांपे थरथर घाम फारचि सदा प्रेमातिरेकें अला,
ऐसा सात्विकभाव भूपहृदयीं उत्पन्न कीं जाहला ॥ ६९ ॥
त्या प्रेमास विलोकुनी नृपतिच्या माता वदे सत्वरी,
वत्सा होईल इष्टसिद्धि तव बा भी ना धरी अंतरीं ॥

---

१ निरोप. २ सिंह ३ संतोषाप्रत. ४ गर्व, ५ दुसरे दिवशीं. ६ आरती. ७ करिता जाला ८ स्वहस्तें ९ शिवाजी.

आशीर्वाद असा करीत शिरसा तो मान्य जै भूपती,
देहीं कांति चढे अयेस बघुनी, डोळे अती दीपती॥७०॥
आंतोनी कवचा वरी अंगरखा, डोईसही मंदिला,
घाली वाघनखें करामधिं धरी डोल्या बळें आगळा ॥
शस्त्रा अस्तनिमाजि गुप्त उजव्या हातांत तें घेउनी,
वेगानें सखि चिंतुनी भगवती, राजा निघे तेथुनी॥७१॥
रूपानें सुकुमार तो नृप परी होता बळें आगळा,
तेजाचा भर जेंवि फार दिसतो अल्पाहि त्या इंगळा ॥
किंवा सिंहशिशू लघूच दिसतो देहाकतीनें जरी,
मारी तो क्षण एकही नलगतां मत्तेभराजा तरी ॥ ७२ ॥
आला अफ़ुसुलखान जेथ बसला होता तयाच स्थळीं,
दे आलिंगन त्यास संभ्रमवशें घालोनि बाहू गळीं ॥
तेव्हां वाघनखें उरीं खुपसितां भूपें, म्हणे रे दगा ॥
खड्गातें उपसोनि तो झटकरी हाणी नृपा दांडगा॥७३॥

आर्या.

चुकवुनियां घायातें, खड्गा त्याच्याचि हिसकुनी स्वकरीं॥
बिचव्यानें आपुल्या नृप, शत्रु तनू मस्तकांस भिन्न करी७४
वज्राहत पर्वतसा, कोसळला वैरिदेह भूमितळीं ॥
संकेतानें केला, तोफेचा बार एक ततूकाळीं ॥ ७५ ॥

अफसुलखान मरुनें पडतो.

---

१ कांतीस. २ हें करामधीं याचें विशेषण. ३ मस्त हत्तींच्या राजाला. ४ अफ़्सुळखान. ५ या क्रियेचा कर्ता आफ़्सुलखान हा अध्याहृत आहे. ६ शस्त्रविशेष. ७ शत्रूचा देह व मस्तक यांस वेगळें करी. ८ ज्यावर वज्राचा आघात झाला असा. ९ आधीं तोफेचा बार केला म्हणजे तुम्ही शत्रूच्या लष्कारावर छापा घालावा अशा संकेतानें.

श्लोक.

त्याच्या लष्करावर शिवाजीचे सरदार छापा घालतात.

अपशकुनि नृपतीच्या सैनिकीं धांव केली,
लुटुन सकल त्यांणीं वैरिसंपत्ति नेली ॥
गजतुरंग हत्यारें सर्वही तोफखाना,
हिरुनि करित भूप स्वस्थळातें रवाना ॥ ७६ ॥
सभय यवनसेना शीघ्र तेव्हां पळाली,
सकल हतुनि शस्त्रे सैनिकांच्या गळालीं ॥
थरथर तनु कांपे भोंवडी त्यांस आली,
असि कठिण अवस्था वैरियां प्राप्त जाली ॥ ७७
रडत म्हणति कोणी "कयांकहूं दौर अल्ला,"
करिति निजपतीतें येउनी कोणि गिल्ला ॥
समजुनि निजहानी यापरी अल्लिभूपें,
पुनरपि नवसेना सिद्ध केली सकोपें ॥ ७८ ॥

आर्या.

इकडे शिवसेनेनें, यवनाची पाठ घेतली फार ॥
नच तंत्र कांहिं उरला, शत्रूच्या दुर्दशा बधिला पार ७९

श्लोक.

पन्हाळा तसे दुर्ग आणीक त्यानें,
बहू जिंकिले शत्रुचे तें नृपानें ॥
तसी घेतली खंडणी यावनाची,
जया वासना थोर विप्रावनीची[१] ॥ ८० ॥

आर्या.

अल्ली हा रुस्तम जमान यास शिवाजीवर पाठवितो.

सेनेवर्ती रुस्तम-जमान नामा करोनि सरदार ॥
पाठविला अल्लीनें, मारायाला शिवाजिला ठार ॥ ८१

१ ब्राह्मणसंरक्षणाची.

आला युद्ध करूं तो, शिवजीच्या सैनिकांसवें थोर ॥
परि चालेल कसा हो, सापाचा गारुड्यापुढें जोर ॥८२॥

रुस्तुम पराभव पावतो.

रयें पराभवोनी, त्याचें सर्वस्वही तदा लुटिलें ॥
कुटिलें सेनेसह त्या, क्रूरवरी मार देवुनी पिटिलें ॥८३॥
भूपें वैरिपुराच्या, दारापर्यंत देश लुटिला ही ॥
तंव तो अल्ली नरपति, पुनश्च युद्धार्थ घेतसे लाहो॥८४॥

मग अल्ली सिद्दि जोहारास पाठविता.

सिद्दीजोहरनामा, होता विख्यात शूर जो फार ॥
त्याला धाडी अल्ली, देवुनि सेना तयासह अपार ॥८५॥
हत्ती घोडे पैसी, तोफा इत्यादि युद्धसामग्री ॥
घेवुनि आला ज्याच्या, नशके लढण्यास काळही अग्रीं८६

तो पन्हाळ्याला वेढा घालितो.

होता शिवजि पन्हाळ्यावर, त्याला वेढिलें चहूंकडुनी ॥
संकट पडलें यातें, धान्यादीची बहूत तुट पडुनी ॥८७॥
तेव्हां नम्रपणानें, शिवजी आकार संधिचा घाली ॥
झाला करगत रिपुंही, तैं बुद्धी मूढ वैरिया झाली ॥८८॥
गर्वें झाले शिथिल-दर जींहीं घातला असे वेढा ॥
भुलवी त्यां नृप जेवीं, भुलवावें देउनी मुलां पेढा ॥८९॥

त्याला फसवून शिवाजी स्वसेनेस जाऊन मिळतो.

ऐसे बेसावध ते, रिपु जाले पाहुनी त्वरें आला ॥
खालीं भूप गडाच्या, रात्रींच जाउनि मिळे स्वसैन्याला९०
गेला कळतांच असें, मागुनि त्या वैरिवाहिनी धांवे ॥
बाजीपरभू तीच्या, प्रतिबंधकते नगापरी पावे ॥ ९१ ॥
त्या शूरें बाजीनें, रिपुसैनिक सोडिले करुनि जेर ॥
मारा न सोसवे तैं, करितें झाले सलज्ज मनि जे रे ९२

१ विजापुराच्या. २ पायदळ. ३ तहाचा. ४-५ शिवाजी हस्तगत झाला असी. ६ शत्रुसेना. ७ प्रतिबंधकतेप्रत. ८ पर्वतासारिखा (आडवा आला असें तात्पर्य.) ९ यवन. १० रोदन.

बाजी मरण पावतो. — नचि केवळ विजयश्री, घाली स्वाम्यर्थ जीवदात्याला[1] ॥
परि अप्सराहि बाजी-वीराला, वरणमालिका त्याला॥९३
ऐकुनि निधन तयाचें, बोले होउनि नृपाळ तो कष्टी॥
गतसंपत्ति मिळे परि, नचि ऐसा शूर शोधिल्या सृष्टी ९४

किल्ले परामव पावतो. — खवळुनि कृतांतसा नृप, मारितसे यवनसैन्य तो युद्धीं ॥
करुनि पराक्रम तेणें, निजशौर्ये शीघ्र पळविला[2] सिद्धी॥९५

मग आदी [illegible] शिवाजी- वर जातो. — जाणुनि अली यापरि, शिवरायें जिंकिलें स्वसिद्धीस ॥
स्वयमेव युद्धयात्रा, करण्याच्या तो धरीत बुद्धीस ॥९६
घेउनि अपार सेना, समागमें तो शिवास जिंकाया ॥
बलिवरिपुवैरजनित[3], ज्यांची जाळीत काळजी काया॥९७
कांहीं स्वकीय किल्ले, युद्ध करुनि घेतले परत यवनीं ॥
व्याघ्र नसे जवळीं तैं, जंबुकगण दावितो स्ववीर्य वनीं॥९८

[illegible] त्या- [illegible] करितो. — अतिकोपें खवळे नृप, युद्धकरुनि दुर्ग घेत तो परत ॥
ज्याचें चित्त सदोदित, गोविप्रांच्याच रक्षणीं निरत॥९९

शिवाजी हा [illegible] करितो. — बाजी घोरपडा जो, करी शहाजीस कैद कीं त्यास ॥
तद्ग्रामासह जाळुनि, नृपाळ दे तोष तो निजपित्यास १००

श्लोक.

[illegible] जिंकितो. — बाजीच्या सवितांचा मुलुख निजबळें घेत राजा शिवाजी,
ज्यांचे दुर्धर्ष हस्ती, पदग, निजजवें वायुजेते हि वाजी ॥

---

1. जीवतें अर्पण करणाऱ्याला. 2. या क्रियेचा कर्ता नृपानें हा अध्याहृत आहे. 3. बलिष्ठ शत्रूच्या वैरापासुनि झालेली. हे काळजीचें विशेषण. 4. अलीची. या षष्ठीचा संबंध काळजीसीं. 5. हा [illegible] आहे. 6. घोरपड्याचें गांव मुधोळ, त्यासुद्धां. 7. शिवाजीचे. 8. [illegible] जिंकणारे. 9. घोडे.

आले ते[1] शेवटीं त्या, शरण मग तया स्थापि तो[2] तत्पदींच[3],
श्रेष्ठत्वा थोर देती, नर शरण रिघे तो जरीं फार नीच[4] १०१

आर्या.

रविच्या प्रचंड तेजें, इंदु जसा हीनकांति होत असे ॥
तैसा शिवप्रतापामुळें यवनराज हीनतेज दिसे ॥१०२॥
द्वेषो[5] चालविता मद्राज्या घेईल सर्व जिंकुनियां ॥
ऐसें जाणुनि यवन, क्षितिपति धरि मानसीं अतिनम्रया[6] १०३
मग तो संधी[7] करितो, खाला[8] देउनि शिवास करभार ॥
मस्तक सहजचि लववी[10], पडतां त्यावरि गरिष्ठ[9] भार १०४

> अशी बादशाह हा खंडणी देऊन शिवाजीशीं तह करितो.

श्लोक.

उठे लोकीं वार्ता न कधिं करभार क्षितिपरी,
समर्पीला हिंदूप्रति यवनराजें अजवरी ॥
मनुष्यानें रक्षःपतिस[11] हरिलें युद्ध करुनी,
कथा पौराणीही[12] शिवजि अजि सत्या[13] करि जनीं ॥१०५॥

आर्या.

ऐशा विजापुराच्या, यवननरेशा पराक्रमी शिवजी ॥
जिंकी येनीति[14] असे ख्यात जनीं करितसे प्रजाशिव जी[15] १०६
शिवरायें वाढविलें, समुद्रतटिं फार थोर अरमार ॥
ज्याचे दर्यासागर[16], मैनाकू[17] भांडारि, दोन सरदार ॥१०७॥

> तो अरमार वाढवून त्याचे दोन सरदार करितो.

---

१ वाडीचे सावंत. २ शिवाजी. ३ त्याच्या स्वताच्या राज्यावर ४ नीच ही शरण आला तरीं त्याला थोर नर श्रेष्ठत्व देती. ५ पुढें द्वेष चालविला तर. ६ फार विनयानें. ७ तह. ८ खंडणी. ९ फार जड. हें भाराचें विशेषण. १० मनुष्य. लववी याचा कर्ता. ११ राक्षसाच्या राजास (रावणास.) १२ पुराणांतली जुनी. १३ हें कथेचें विशेषण. १४ ज्या शिवाजीची नीति. १५ प्रजाकल्याण. १६–१७ हीं नामें. येथें होते हें क्रियापद अध्याहृत आहे.

श्लोक.

फिरंगी गोव्याचे बहुत शिवराया दचकती,
सदा नम्रीभावें करुनिच तयासीं विचरती ॥
अपूर्वा वस्तूतें विपुल युरपांतीलहि तया,
समर्पूनी घेती करुनि निजे लोकांवरि दया ॥१०८॥

तो फिरंगी लोकांस भय उत्पन्न करितो. ते लोक त्यास भिऊन त्याची मर्जी संपादितात.

आर्या.

रेडीनामक दुर्गा, रायगडचि ठेवि नाम शिवराय ॥
राजगडाहुनि तेथें, राहाया नरपती स्वयें जाय ॥१०९॥
तेथें थोर हवेल्या, बांधुनियां राजधानि ती केली ॥
जीचीं सुंदर मंदिरवृंदाग्रें, इंदुमंडळी गेली ॥११०॥
भेटाया स्वसुतातें, आला मग शाहजी बहू तोषें ॥
दर्शनजलयोगें यत्प्रेमलतासंतती अतीपोषे ॥ १११ ॥

तो रायगडीं रहायास जातो.

शहाजी हा शिवाजीला भेटायास येतो.

श्लोक.

शहाजी तो कांहीं दिवस तेव राही सुतघरीं,
जयांच्या आनंदाब्धिस बरिवरी येति लहरी ॥
न त्या माती पोटीं ह्मणुनि नयनांतूनि गळती,
तथांना अज्ञांनी न समजुनि अश्रूच ह्मणती ॥११२॥

आर्या.

प्रत्येब्दीं न ३बने त्या जाया तुळजापुरीं भवानीच्या ॥
दर्शन कार्यार्थ जिची दया करी थोर मानवा नीच्या ११३

प्रतापगडावर तुळजापुरच्या देवीची मूर्ती स्थापितो.

---

१ युरोपखंडांतील. हें वस्तूचें विशेषण. २ पोर्तुगीज् लोकांवर. ३ शिवाजीतें. ४ दर्शनरूप जलाच्या योगानें. ५ ज्याचे प्रीतिरूपवेलीचा विस्तार. ६ शिवाजीच्या घरीं. ७ ज्याच्या आनंदसमुद्रास. ८ काळ. ९ लाटांनी. १० अजाणते लोक. ११ न जाणतां. १२ दरसाल. १३ बनेना. १४ त्या भवानीचा संबंध दर्शन कार्याकडे. १५ हलक्या मनुष्याला ही थोर करी असा संबंध.

ह्मणुनि तयेची[1] मूर्ती, करुनी, स्थापी मोठ्या[2] समारंभा ॥
प्रतापगिरिवरि लाजे, यद्रूपा[3] पाहुनी मनीं रंभा[4] ॥ ११४ ॥
भूपें[5] निर्जनवनस्थित,[6] केला गुरु, रामदास साधू[7] तो ॥
देहा जलसा[8] यत्कृत,[9] बोध जनीं, मलिनमानसा[10] धूतो ॥ ११५

तो रामदास स्वामीला गुरु करितो.

एके दिनीं ह्मणे नृप, गुरो करावें पवित्र गेहा[11] जी ॥
दास ह्मणे ईशेच्छे, घडणें, तेंव्हां घडेल नच आजी ॥ ११६ ॥

पुढें तुझ्या घरीं येणें होईल असें शिवाजीला रामदास सुचवितात.

ज्याचा तात असे सदाशिव ह्मणी माता सती पार्वती,
गांव त्र्यंबक हें गणेश अभिधा लेले उपाध्याहि ती ॥
त्याणें हें शिवराज काव्य रचिलें, त्यांतील हा पांचवा,
सर्ग श्रेष्ठ विलोकुनी निजमनीं भावामृता सांचवा ११७

ह्या प्रकारें हा श्रीशिवाजिचरित्राख्यकाव्याचा पांचवा सर्ग समाप्त झाला.

॥ अथ शिवाजीचरित्रषष्ठसर्गप्रारंभ ॥

श्लोक.

जिंकोनी बीजपूर्नायक मग शिवजी मोंगलां तें जिणाया,[12]
सेनेची सिद्धता तो त्वरित करितसे येइना जी[13] गणाया ॥
पत्तीचे भार हत्ती मदयुत हयही ती असी थोर सेना,
चाले तेव्हां रजांनीं गगन भरुनियां सूर्य तोही दिसेना १

विजापुरकरास जिंकल्यावर शिवाजी मोंगलावर स्वारी करितो.

१ भवानीची. २ मोठ्या समारंभास करुनी असा संबंध. ३ जीच्या रूपाला. ४ एकेअप्सरेचें नांव. ५ शिवाजीनें. ६ निर्जन अरण्यांत राहाणारा. ७ रामदास नांवाचा प्रसिद्ध साधु. ८ पाणी जसें शरीराला. ९, ज्यानें केलेला बोध. १० मळलेल्या मनाला. ११ घ-

तेव्हां अवरं-गजेबास मोठी काळजी लागते.

तीनें स्वारी करोनी मुलुख बहु तदा जिंकिला मोगलांचा,
तेव्हां दिल्लीपतीही धरित शिवजिंच्या धाक चित्तीं बळाचा॥
तेव्हां पासून त्याच्या मनिं निपजतसे फार मोठाच आधी,
ज्याच्या नाशार्थ युक्ती बहुत करित तो सोडुनी सर्व आधीं॥२

तो पाईस्ते-खानाला शिवा-जीवर योजितो तो चाकणेला वेढा घालितो. फिरोजी हा तेथचा अधि-कारी होता.

धाइस्तेखाननाम्याप्रति मनुजपती दिल्लिचा तो शिवाजी,
जिंकाया आदि हत्ती,पदग अणि तसे देउनी त्यासि वाजी॥
येवोनी तो पुण्याला चहुंकडुनि बळें वेढि जैं चाकणेला,
फिरोजी दुर्गपाळ प्रबळ बहु तदा सिद्ध युद्धास जाला॥३

तो मोठी ल-ढाई करतो. त्यांत सर्व लोक पडले तरी तो एकटाच युद्ध करितो.

झालें तुंबळ युद्ध त्या उभयतांचें जें विलोकून रे,
घेईजे बहुमानसांत धडकी धीरें हि वीरें नरें॥
मेले फार करोनि सेवक तरी फिरोजि तो एकला,
हातीं शस्त्र धरोनियां अचलसा युद्धीं उभा राहिला॥४॥

आर्या.

खान त्याला आदरानें आप-ल्या पक्षास बो-लाविता पण तें न ऐकतां तो शिवाजीचा दास मिळतो.

त्याच्या अद्भुत शौर्या, विलोकुनी विस्मयें करुनि खानें॥
युद्धा सोडुनि त्याला, पाचारुनि आणिलें जवळ मानें॥५
बहु आदरें ह्मणे त्या, अमच्या पक्षास जरि तुह्मी याल॥
तरि अस्मत्स्वामीच्या, पासुनि अधिकार थोर पावाल ६
फिरंगोजी उत्तर दे, शिवपद दासाचिया हि दासाचें॥
पद बहुमान्य मला हो, मपुन्हा इंद्रत्वही दिलें साचें॥७॥
खानें त्याला दिधलें, वस्त्रालंकार बहुत मोलाचे॥
परि तो स्पर्शोहि न त्या, न सत्यसेवक कदापि वश लांचे॥८

१ याच्या संबंध बळाशीं. २ काळजी. ३ साऱ्या गोष्टी. ४ पूर्वी (सोडून) ५ विजापूरच्या पादशाय (यास) ६ शिवाजीला. ७ चाकण किल्ल्याचा अधिकारी. ८ पर्वतासारखा. ९ खानानें. १० बहुमानपूर्वक. ११ आमच्या यजमानापासून.

खानें दिधला मग त्या, निरोप अपल्या प्रभूकडे जाया ॥
तेव्हां तो येऊनियां, वंदितसे शिवनृपाचिया पायां ॥ ९ ॥
स्वाम्येकनिष्ठता आणि, शौर्य तयाचें विलोकुनी फार ॥
सन्मानूनि शिवाजी, देई मोठा तयास अधिकार॥ १० ॥

शिवाजी फिरंगोजीला मोठा अधिकार देतो.

श्लोक.

पुण्यांत निजमंदिरीं वसत खान ऐसें तदा,
शिवाजी समजोनियां निघुनि रात्रिचा एकदा ॥
पुरीं शिरुनि एकटा कुटि तयास त्याचा तसा,
वधूनि सुत येई तो करुनि यावरी साहसा ॥ ११ ॥

पुण्यांतील शिवाजीच्या वाड्यांत खान उतरला होता तेथें जाऊन शिवाजी त्याला जखमी करितो.

आर्या.

प्रातःकाळीं कोपें, आला युद्धार्थ खान खवळूनी ॥
पुच्छीं पद पडतां अहि, पाहे जैसा डसावया वळुनी॥ १२ ॥
गजहयपत्तीत्यादिक, आलें धांवोनि सैन्य शस्त्रांस ॥
रणवाद्यांच्या घोषें, होई शूरांसही तदा त्रास ॥ १३ ॥

सकाळीं खान युद्धार्थ येतो.

श्लोक.

हिंदूच्यांनीं होय कैंची लढाई, ऐसी वाटे मोंगलांतें बढाई॥
जाणोनी हे भूपती सूक्ष्मदृष्टी, तोफांची तोतें करी थोर वृष्टी १४

खानाचें व शिवाजीचें युद्ध होतें.

आर्या.

खानाकडील सेना, वेगानें, निजरिपूवरीं धावे ॥
तंव तो निजहानीला, दीपापासुनि, पतंगसा पावे ॥ १५ ॥
पडतो मेघापासुनि, अनिवारपणें, निरंतरा गारा ॥
तैसा शिवसेना करि, गोळ्यांचा, वैरियांवरी मारा ॥ १६ ॥

१ खानाचा मुलगा ठार मारून. २ शेंपटावर. ३ साप. ४ हत्ती, घोडे, पायदळ. ५ खान हा रत्नाशाला. ६ दाट.

श्लोक.

तोफांचा भडका बघोनि धडका घेती रिपू तें मनीं,
युद्धक्षोणि तजोनि तत्क्षणिंच ते जाती पळोनी वनीं ॥
दारूचा धुर धूळजी उधळली सूर्या तिहीं झांकिलें,
ऐशा गर्दिमधीं शिवें बहुविधीं शस्त्रीं रिपू मारिले ॥१७॥
हत्ती धांवति भीतिनें भडकले घोडे रिपूंचे त्वरें,
मारा तो अनिवार देखुनि तयां अंगीं भरे कापरें ॥
शिवाजी हा शरणागतास रक्षितो.
जे आले चरणाप्रती शरण, जे दांतीं धरीती तृणा,
त्यांना तो शिव तत्क्षणीं अभय दे चित्तीं धरोनी घृणा १९
खानाच्या सेनेची दुर्दशा.
कोणाचीं तुटलीं शिरें कितिक तें छिन्नांघ्रि जाले रणीं,
कोणाचे तुटले करद्वय तसे तीक्ष्णीं शरांच्या गणीं ॥
कोणाचें फुटलें उरस्थल असी लागोनियां तेथुनी,
चाले शोणितपूर तें भडभडां जैसी जलाची धुनी ॥२०
लागोनीं जखमा रणांत पडले प्याया जला मागती,
कोणाचे उरले असू नयनिं ते दीनापरी पाहती ॥
कोणी पाठ करूनि लागति पळूं तें शस्त्र लागोनि रे,
कल्थी खाउनि पालथे पडति ते होती बहू घाबरे ॥२१॥
गोळे लागुनि मत्त हत्ति पडती तेंव्हां धरित्रीवरी,
वज्राघातवशें धराधरपती जैसे क्षणाभीतरीं ॥
त्याखालीं दडपोनि पायदळ तें चेंदोनियां जातसे,
हाडें तेंचि खडे अशुद्ध चिखलस्थानीं जनांतें दिसे ॥२२॥
शस्त्रा लागुनि शस्त्र अग्निहि पडे तें जाळ पाहोनियां,
घोडे धांवति बापडे चहुंकडे तें पावुनीयां भया ॥

१ भीति. २ पाय तुटले. ३ दोन्ही हात. ४ तरवारी. ५ रक्ताचा पूर. ६ नदी. ७-८ डोळ्यांत प्राण उरले. ९ मोठमोठे पर्वत. १०-११ रक्त तोच चिखल.

खारा पाडुनि खालतीं तुडविती त्याला पदाच्या तलीं[1],
खालीं, यापरि युद्ध दारुण शिवें केलें न जाला तुलों॥२३

कार्तोजी गुजर एक ह्मणूनि होता,
सेनानी[3] नरपतिचा[4] रिपूंस जेता ॥
तो जेव्हां बहुतचि मोंगलास मारी,
भासे जो[5] तंव समरीं तयांस मारी ॥ २४ ॥

ऐसें भूपें जिंकिलें मोंगलातें,
नाहीं कोठें साम्य ज्याच्या बलातें ॥
शत्रुव्राता घालवी जो दिगंतीं,
त्याच्या संगें देऊनी स्वीयकीर्ती ॥ २५ ॥

मग अवरंगजेब सुलतान माजुमास योजितो त्याला ही शिवाजी जिंकितो.

षाइस्तेखान ऐसेपरि शिवनरपें जिंकिला स्वप्रतापें,
दिल्लीशें[10] ह्या[11] उदंता परिसुनि मग तो मानसीं फार तापे॥
आसे सुलतान माजुम ह्मणुनि नरवरा धाडिलें दक्षिणेत,
त्यालाही भूप युद्धीं निजभुजबल तें पूर्ववत् दाखवीत॥२६॥

शिवाजी सुरत लुटतो.

जैसी का अलका[12] समृद्ध अथवा विख्यात लंकापुरी,
तैसी सूरतनामिका सुनगरी होती तदा साजिरी ॥
तेथें जाउनियां जवाहिर तसीं रत्नें प्रयत्नें निधी,
द्रव्याचे[13] अणिले नृपें शिवजिनें हारोनि लक्षावधी ॥२७॥

शहाजी मृत्यु पावतो त्यावर उत्प्रेक्षा.

न मर्त्यलोकीं[14] किमपी असे स्थिर,
संपूर्ण वस्तू दिसताति नश्वरें[15] ॥

---

१ याचा संबंध खालीं याकडे. २ उपमा. ३ सरदार. ४ शिवाजीचा. ५ कार्तोजी गुजर. ६ मोंगलास. ७ महामारी. ८ शत्रुसमुदायास. ९ शत्रुव्रातासह. हा सहोक्त्यलंकार. १० अवरंगजेबानें. ११ वृत्तांतास. १२ कुबेराची पुरी. १३ याचा अन्वय निधीशीं. १४ मनुष्यलोकांत. १५ नाशिवंत.

जाणोनियां हेंचि शहाजि संभ्रमें,
अमर्त्यलोकाप्रति जाय हे गमे ॥ २८ ॥
करी असा राघवती पितृंची, तसी क्रिया भूप करीत त्याची॥
केले बहू दान व धर्म त्यानें, तो त्याचिया सद्गतिला पित्या ने २९

आर्या.

पितृत्तरकार्य करूनि, लागे पुनरपि नृपाळ जिंकाया ॥
शत्रुव्राता ज्याची, जाळी अनिवार, काळजी काया॥३०॥
[illegible] अम्मदनगरा जाउनि, वैऱ्यांना भूमिपें बहू कुटिलें ॥
तैसे त्यांचें सर्वहि, धनकनकादिक निजेंबळें लुटिलें॥३१॥

श्लोक.

[illegible] गोंव्याच्या दक्षिणेला सधन बहु असे बारशीलोरपूर,
तेथें होते धनाचे निधि अगणित ते होनहि हो अपार ॥
तेथें सामुद्रसेनेसह नृपति जवें जाय नौकाधिरूढ,
दोघांनी जिंकि त्याला तंव रिपु लपती पाहुनी स्थानगूढ ३२

आर्या.

संपत्ती अपिलीसे, तेथुनियां हारुनी नृपें चतुरें ॥
भस्मनीरम होती, रिपु ज्याची ऐकुनी रणस्थतुरें ॥३२॥
[illegible] जयसिंह दिलिरखानहि, ऐसे दोघे नवीन सरदार ॥
दिल्लीहूनि आले त्या, जिंकाया सैन्य घेउनी फार ॥३३॥
त्यांहीं कांहीं दिवसाहि, करुनि विचारा बघोनियां संधी[९] ॥
शिवराय भूपतीसीं, केला युद्धा त्यजूनियां संधी[१०] ॥३४॥

---

१ स्वर्गीमत. २ रामचंद्र. ३ दशरथाची. ४ शहाजीची. ५ पि-[illegible] (सप्तमी.). ६ शिवाजी. ७ हें क्रियापद. ८ रणवाद्यें. ९ अवसर ([illegible]) १० तह.

कपटादरेंचि दिल्ली[1]पति त्या नेई निजात्मजा[2]सहित ॥ — अवरंगजेब हा शिवाजीला पुत्र सहित कपटानें दिल्लीस नेतो.
स्वपुरा[3], दुर्योधनें[4]सा, धर्मा[5]वंचूनि साधण्या स्वहित ॥३५॥
दिल्लीपुरास गेल्या-वरि त्याला, समजलेंचि कृत्रिम तें ॥
दुष्टाच्या वचनीं विश्वासार्पण हे अयोग्य शिष्टमतें ॥३६॥

शाठ्य[6] शठीं या न्यायें, वंचोनी भूप दिल्लिपति[7]लाही ॥ — त्याला फसवून शिवाजी परत स्वदेशीं येतो.
गेला, समजुनियां हें, जाली तत्काळ, शत्रुची लाही ॥३७॥

सैन्यीं[8] उत्तेजन ये, येतां तो भूपती[9] स्वगेहास ॥ — त्याच्या येण्यानें त्याच्या सेनेस उत्तेजन येतें तें सदृष्टांत.
चैतन्यागमयोगें[10], येतें जेवीं गतासु[11] देहास ॥३८॥

मग तो नरेश[12] बहुतचि, चित्तीं काळाग्निरुद्रसा खवळे ॥ — मग तो शिवाजी अत्यंत कोपायमान होऊन.
वाटे सकळ हि आतां, रिपुलोकां ग्रासिल क्षणांत बळें ३९

गजहयपत्त्यादिक, अपार करि सिद्ध भूप[13] सैन्यास ॥ — शत्रूस जिंकायास निघतो तो प्रकार.
यद्गणनार्थ पुरेना, गणकाचा अल्प[14] अंकविन्यास ॥४०॥
मदमत्तहस्ति ज्याच्या, सेनेतिल भासती क्ष्माधरसे[15] ॥ — हत्तींचें वर्णन.
वर्षाकाळींपरि[16] यन्मस्तक[17] भिजलें, सदैव दानरसें[18] ॥४१॥
य[19]ज्जंघाल तुरंगमसंघ बहुत चांगला तैसा गमला ॥ — घोड्यांचें वर्णन.
लपला यास्तव नाकीं, वाटे उच्चैःश्रवा[20] तुरंग मला ॥४२॥

---

१ अवरंगजेब. २ त्याच्या पुत्रासुद्धां. ३ दिल्लीस. ४–५ धर्मराजाला दुर्योधनानें वंचिलें तसा. ६ शठेशाठ्यंसमाचरेत् असा न्याय आहे. ७ अवरंगजेबाला. ८ सेनेला. ९ शिवाजी. १० जीवयेण्यानें. ११ मेलेल्या देहास. १२–१३ शिवाजी. १४ गणित. १५ पर्वतासारिखे. १६ पर्जन्यकाळीं. जसे त्याप्रमाणें. १७ ज्यांची डोकीं. १८ मदोदकानें. १९ ज्यांचे वेगवान घोड्यांचा समुदाय. २० उच्चैःश्रव्याला.

श्लोक.

स्वारांचे वर्णन. भाळा बंदुक वा करांत, पगडी माथ्यास, जोडा
आंगी आंगरखे रुदार, कसिती शेले सुरंगी कदें
कल्लेदार मिशा मुखीं विलसती भव्याकृती जे नर
तेच स्वार हुशार फार बसले मोठ्या तुरंगावर ॥
[illegible] फाच्याने कटि बांधिती कसुनियां बंड्या अंगीं शो
[illegible] हेटकरी व मेठी मल्ल तसे अरुंद ढवळे ते चोळणे घालिती
मावळे हातीं त्या तरवारि ढालि, बहुधा कोणी कमानी
घेती तीर तुजा, अवाज करिती जातां अरातीवरी
ऐसे हेटकरी नृपा अवडती तैसेच ते मावळे,
हुद्दे देउनियां दळांत अणिले स्वार्था जसे कावळे
मोठ्या दुर्गमहावनांत विकटस्थानीं सदा जावया
ऐशी चंचल शूर उग्र समरीं शत्रूस जिंकावया ॥

आर्या.

ऐसा दलभार अमित, चाले तंव भूमि हे भरें हा
तेव्हांच डोंगराचें, भूधर हें नांव सार्थकीं जालें ।
सेनानायक भीमार्जुनसम ऐसे महाप्रबळ जे ते ॥
[illegible] श्लोक [illegible]. संगें शिवनृपतीच्या, निघती युद्धांत कालदळजेते
यैच्छस्त्रांची कांती, पाहुनि दिसती खरें खराब हि
यैतूसिंहनाद करिती, क्षणांत अरिसैनिकें धैरां बहिरे
प्रबळा वैरिदळाला, गांठुनि तो नृप करीत संगर
रिपुजीवहरणकौशल्य, ज्याचें पाहुनि मनीं ह्मणे गरें हा

१ कापूस घातलेले. २ कंदी रंगाचे. ३ भूमीला ४ अत्यंत. ५ ज्यांच्या शस्त्राची. ६ ज्या सैनिकाचे (शब्द) ७ शत्रु सरदारांस. ८ शत्रूचे जीव घेण्याचें ९ शिपाई हाय खाणे.

गजगज हयहय पत्ती, पत्ती ऐसे परस्परें भिडती ॥
चिडती कोपें झाली, दुर्भेद्या वायुला हि तैं भिडती॥५०॥
ज्याचा शस्त्र[2]निकर रिपुमस्तक उडवी रणांत कंदु[3]कसे ॥
त्या म्हणतील न वैरी, कीं हा प्रत्यक्ष कालबंधु कसे॥५१॥
यवनेशा माराया, धांवे नृप जेवि गरुड सापाला ॥
उधळलि तैं रिपुसैन्यें, वात्यायोगें उडे जसा पाला॥५२॥
मग सारे रिपुसैनिक, मिळुनि करूं पाहती शिवा तुच्छ ॥
तंव तो अधिकचि खवळे, न डसे कीं साप तुडविल्या पुच्छ५३
रिपुभट सकळ मिळुनियां, आले तैं निजपतीस राखाया॥
तंव शिवपंचानन तो, धांवे यवनेशसिंधुरा खाया॥५४॥
यवनेश तोचि करिवर, शिवभूपति तोचि पंचवदन खरा ॥ युद्ध प्रकार.
या रूपकीं न कल्पिल, कोणी शिवायुधगणा करी नखरें ५५
मत्तमतंगजयूथीं, पंचानन वा अजांत वाघ शिरे ॥
तैसा वैरिगणीं शिवभूप शिरोनी खुडी तदीयशिरें[17]॥५६
संपूर्ण शत्रुसेना, लोटे शिव भूपतीवरी जमुनी ॥
ती तो अगाध सागर, त्याला नृप होतसे अ[18]गास्तिमुनी॥५७॥
रणमंडलांत तळपे, भूप जसा तो नभांत बारमणी ॥
झाल्या गतप्रभा तैं, रिपुसेना जेवि इंदु[21]च्या रमणी[22]॥५८॥

१ दाटी. २ शस्त्रसमुदाय. ३ चेंडूप्रमाणें. ४ यमाचे भाऊ. ५ मोठ्या वाऱ्यानें. ६ शिवाजी हाच सिंह. ७ यवनेश तोच हत्ती त्याला खाण्याला. ८ मोठा हत्ती. ९ सिंह. १० कोणता कवि. ११ शिवाजीच्या शस्त्रास. १२ नखें. १३ मस्त हत्तीच्या समुदायांत. १४ सिंह. १५ मेंढ्यांत. १६ शिवाजी राजा. १७ शत्रूंचीं डोकीं. १८ अगस्तिऋषि. (यानें समुद्र पिऊन टाकिला असी पुराणप्रसिद्धि आहे. १९ आकाशांत. २० सूर्य. २१ चंद्राच्या. २२ तारा.

शस्त्रें वीरकरींचीं, प्रकाशती परमतीव्र तेजाळ ॥
अपटुनि परस्परांवरि, उठती गगनांत थोर ते जाळ॥
धडधड तोफांचा ध्वनि, ऐकुनि भेणे तुरंग धडफड
तेव आरूढ मनुज ही, वेगानें वरूनि खालतीं पडती
शस्त्राहत रिपु माहत, पडती गंडस्थळीं सवेग गती
निजपीडा हरणार्थचि, जाणों मदगंध हुंगण्या लवत
पुढले पाय करुनि वर, मागिल पायांवरी उभे वाज
घाय नलागो स्वारा, ह्मणुनिचजणुं करिति तेअसी आज

प्रबळहि अरिसेनेतें, मारी तो भूमिपाळ जोरानें ॥
जैसा दावानळ बहु, गहनें ही जाळितोच जो रानें।
इंद्री वैरिगणा शिव, जैसा कुलिशायुध क्षितिध्रकुळ
तेव ते दुरुनिच पळती, जैसे का सर्प पाहतां नकुळा

श्लोक.

उन्हाळ्याचा सूर्य प्रखर शिवभूपाळ गमला,
रिपूंची हारी जो निजकरवशें जीवनकळा ॥
शरांचा पर्जन्य प्रबळ रणभूमीवरि करी,
असृग्द्राची वाहे भयकर नदी तें सलहरी ॥ ६५
असृग्द्राचें पाणी करिवरशवें तेचि मगर,
तयांच्या जा सोंडा तुटुनि पडल्या ते फणिवरें ॥

१ [illegible] हणिलेले माहूत (ही हत्तीचे मस्तकावर पडण्याचि [illegible] आहे.) २ लढाई. ३ इंद्र. ४ पर्वतसमुदा [illegible]. ६ आपल्या किरणयोगें. पक्षीं. खंडणीच्यायोग [illegible] पक्षीं जीव. ८ रक्ताची. ९ लाटायुक्त. १० र [illegible]. ११ [illegible] मढीं. १२ सुसरी. १३ हत्तीच्या तो [illegible]

कचांची शेवाळी, सुमरयदनें तीच कमळें,
नदी ऐसी वाहे प्रकट रणभूमींतुनि बळें ॥ ६६ ॥

साकी.

विजापूर आणि गोवळकोंडें, तैसें दिल्लीपूर ॥
येथिल नृपती जेर करूनी, सोडी ते[4] जरि शूर ॥६७॥

शत्रूंचा पराभव.

श्लोक.

ऐसे मोगल यावनादिक रिपू जिंकीतसे भूपती,
ज्याचें नामचि ऐकतां थरथरां ते भीतिनें कांपती ॥
तो घेई करभार फारचि तयांपासूनि मोठ्या हटें,
तद्रत्नादिक आणि जें धन बहू, तें मोजवेना घंटें ॥६८॥

उपसंहार दिग्विजयाचा.

ज्याचा तात असे सदाशिव सुधी माता सती पारवती,
गांव त्र्यंबक हें गणेश अभिधा लेले उपाख्याहि ती ॥
त्यानें निर्मियलें शिवाजिवरि जें काव्य श्रमानें महा,
त्याचा सर्ग निसर्गसुंदर असा हा साहवाही पहा ६९

ह्या प्रकारें हा श्रीशिवाजीचरित्राख्यकाव्याचा षष्ठ सर्ग समाप्त झाला.

अथश्रीशिवाजीचरित्रसप्तमसर्गप्रारंभ.

श्लोक.

ऐशा दिग्विजया करूनि परते तो मागुती भूपती,
शस्त्रें हातिं धरोनि वीरमणि ते जा भोंवती चालती ॥

दिग्विजय करून शिवाजाची स्वारी माघारी फिरते.

१-२ केश तेच शेवाळी. ३ याचा कर्ता शिवाजी हा अध्याहृत आहे. ४ दिल्ली वगैरेचे राजे. ५ शिवाजी. ६ बळानें. ७ मोठ्या तराजूनेंही मोजवेना. ८ स्वतारंग्य. ९ वीरश्रेष्ठ.

घोडेस्वार, पदाति, हस्ति बरवे संख्या ज्यांना नसे,
तो कुंतीसुतअर्जुनापरि तदा स्वीया प्रजातें दिसे ॥ १ ॥
खंडोजी जगताप, बाजि जळगे तान्हाजि शिर्के महा,
संभाजी तळगे, पिलाजि सणसे, सूर्याजि काळे पहा ॥
चांगाजी कडु, बांगराव ढवळे, नेमाजि शिंदे, तसे,
हांडे, ठाकुर, पारठे, मळधडे, डोळे, धमाले, असे ॥२॥
संभाजि, कावजि, बुवाजि, पवार शूर,
फिरोजि, देवजि, धनाजि, सयाजि वीर ॥
बाजी, मुरार, विठुजी, कडु, हाडकार,
दादाजि बापुजि, हिरोजि, इदाजि पीर ॥ ३ ॥
सोमाजी जिवजी, मुधोजि गणजी, रामाजि दारेकर,
बाबाजी प्रभु, येसजी, चिमणजी बापू महार्णावर ॥
नागोजी फरजंद, बाळजि, अरेरावाख्य, पाठेकर,
कोकाटे, भगवानराव, हरजी राजे तुळाजी कर ॥ ४ ॥
रायाजी, गडधे, हिराजि सळके, येसाजि खांडेकर,
कान्होजी अंगरे, तुकोजि उचले, जेसिंग पालेकर ॥
कृष्णाजी कडु, कांकडे, भुजबळी, संताजि, ते भोसले,
इत्यादी सरदार लोक विभुच्या स्वारी सवें चालले ॥ ५ ॥
ज्यांच्या पाठिवरी मृदू नवझुली सकलादिच्या घातल्या,
घंटा दोनहि बाजुला करिती त्या नादा गुंणीं बांधिल्या ॥
हातीं अंकुश घेउनी सुरुचिर स्कंधीं सुखें बैसले,
माहूत प्रभुच्या मतंगज असे स्वारीपुढें चालले ॥ ६ ॥
तंगानें कसिले जपूनि बरवे खोगीर पाठीवरी,
त्यावर रंगदार झुळिवा चौफेर तो भर्जरी ॥

१ काहाडण्यानीं.

तोंडामाजिं लगाम तीक्ष्ण अणिचा, सोनेरि माळा गळीं,
आघाडीस सजूनि चालिलि असी तैं वाजिची मंडळी ॥७॥
किंतिक्षिति[1] अम्हास ही ह्मणुनि गर्वयोगें अहा,
अति प्रजव वाजिनीं उधळिली धुळी तैं महा ॥
मनीं जणुं अणून की जलधितें भरावें हिनें,
मिळेल मग चालण्या जमिन फार या रीतिनें ॥८॥

घोड्यांच्या येगानें धूळ उडाली तीवर उत्प्रेक्षा.

आर्या.

फडफडती वाऱ्यानें, ध्वजा निशाणें, तसा जरीपटका ॥
यद्योगें आलीसे, बहुतचि शोभा, नृपाचिया कटका[2] ॥९॥
ऐशा थाटानें तो, स्वस्थाना पातला, जई नृपती ॥
तेव्हां प्रजा तयाचा, प्रेमें नीराजनाविधी[3] करिती ॥१०॥
आतां कोठें कीजे, मुख्य स्थल आपणा रहायास ॥
ह्याचा विचार मग तो, शिवि नृपती लागला करायास॥११॥

निशाणें व जरीपटका.

शिवाजीस आरती करितात.

तो स्थलविचार करितो.

श्लोक.

प्रांतीं[4] शेतकरी बहूत करिती शेतांत साळी गहूं,
शाळू नागलि बाजरी हरभरे ज्वारी वटाणे बहू ॥
बागाईत जमीन तींत मिरच्या, वांग्या, दुधे, भोंपळे,
काळा ऊंस रसाळ, मेथि, चवळी, भेंड्या, गवाऱ्यामुळे ॥१२॥
मोटांच्या विहिरी विशाळ व चिरेबंदी सुध्या बांधिल्या,
झाडें भोंवति लाउनी दिनकरच्छाया[5] बऱ्या साधिल्या ॥
मोटेनें वर पाणि नेत असतां ललकारिती ते बळें,
माळी भूशकलें[6] जळें भिजविती शोभाढ्य ऐसे मळे॥१३॥

अथें उत्तम धान्यें वगैरे होतात.

जेथें बागाईत असते.

---

१ थोडी जमीन. २ सैन्याला. ३ आरती ओंवाळणें. ४ ज्या देशाच्या आसपासच्या भागीं. ५ सूर्याची सावली. ६ जमिनीचे वाफे तक्के या.

ज्यादेशीं मृग काळवीट असती तो हिंदुधर्मा शुची,
दर्भ, ब्रह्मतरू, पवित्र सरिता, तीर्थे, सदन्नीं रुची ॥
स्थानें ही मुनिचीं कचित् बहुजनीं भूपें स्वतां पाहुनी,
गादी रायगडीं प्रशस्त रचिली सह्याद्रिला लागुनी ॥१४॥

आर्या.

मग तो रायगडाप्रति, गागाभट्टाभिध द्विजेंद्रास ॥
काशीहुनी अणवुनी, करवी राज्याभिषेककार्यास ॥१५॥

श्लोक.

केला मंडप, कुंडशास्त्रविधिनें, वेदी ग्रहांची बरी,
आले ब्राह्मण सर्व वेद वदनीं, ज्यांची खरी वैखरी ॥
श्रौतस्मार्तविधींत ही कुशलता, जे शुद्ध अभ्यंतरीं,
तेजानें अतिशोभती दिनपती शोभे जसा अंबरीं ॥१६॥
सामग्री सुमनें, सुगंधकमलें, जाई, जुई, मोगरी,
धूपामोद यथेष्ट वातगतिनें संचारला अंतरीं ॥
तैसे दीप हि साज्य तें उजळिलें, गंधें नवीं केशरी,
पक्वान्नें विविधें करोनि रचिले नैवेद्य नानापरी ॥१७॥
दूर्वा, दर्भ, सुपंचपल्लव, समित्, व्रीह्यक्षता साजऱ्या,
तांबूलीदलवृंद कोमल, नव्या मोठ्या सुपाऱ्या बऱ्या ॥
आंबे, अंजिर, नारिकेळ, बकुळें, सीताफळें, जांभळें,
पेरू, रामफळें, बदाम, बदरें, अक्रोड, रंभाफळें, ॥१८॥

---

१ कुश. २ पळसाचीं झाडें. ३ पवित्र नद्या. ४ वाणी. ५ सूर्य. ६ आकाशांत. ७ धूपाचा सुवास. ८ आंबा जांभुळ वगैरे पांच वृक्षांचीं पानें. ९ समिधा. १० तांदळाच्या अक्षता. ११ विड्याचीं पानें. १२ केळीं.

गंगापुष्करसिंधुतीर्थसलिलें, स्वर्णादिकुंभांतरीं,
सालंकार तुरंग दंतिनिवहा केलें उभें खेवरीं ॥

पवित्र जळानें पूर्ण सुवर्णादि कळश अलंकृत हत्ती घोडे.

कन्या मंगलवस्त्रवेष्टित अशा, सौभाग्यशाली स्त्रिया,
आल्या या अभिषेककार्यसमयीं प्रेमें शिवाजीचिया ॥१९॥

कन्या व सुवासिनी.

करोनी असा सर्व संभार सिद्ध,
सुलग्नीं उपाध्याय तेव्हां प्रबुद्ध ॥
सैपत्नीक सिंहासनस्था नृपाला,
करिती सुपट्टाभिषेकक्रियेला* ॥२०॥

उत्तम मुहूर्तीं राज्याभिषेक होतो.

ढंके, ढोल, मृदंग, गोमुख, तसे, तासे, बहू चौघडे,
वाजंत्री, रणसिंग, नौबदि, बरा बाजा ययांचा झडे ॥
तोफांचे भडके धडाधड असे होती, तदा जो ध्वनी,
झाला; ऐकुनि तो रिपूंस निपजे तत्काळ भीती मनीं ॥२१॥

त्यासमयीं वाद्यांचा गजर होतो.
तोफा सुटतात.

वेश्या नाचति हौशिनें थयथयां दावूनि नाना गती,
सारंग्या, तबले, सतार, मुरजे, पावे, बरे वाजती ॥
गाती गायक, चोबदार करिती ललकार त्या उत्सवीं,
छत्रातें धरिती वेरी उडविती तें चौंमरें तीं नवीं ॥२२॥
राजे लोक उपायनें बहुविधें अत्यादरें अर्पिती,
तैसे आप्त अहेर थोर करिती कोणी[12] पुढे ठेविती ॥

कलावंतिणी नाचतात चोबदार ललकारतात छत्र धरितात चौऱ्या वारितात.
राजे नजराणे करितात आप्त अहेर करितात.

---

१ सोन्याच्या वगैरे कलशांत. २ अंगण्यांत. ३–४ स्त्री सहवर्तमान सिंहासनावर बसलेला जो नृप (शिवाजी) त्याला. ५ राज्याभिषेक.

आर्या.

* पंचाणीं शाहाण्णव, शककालीं ज्येष्ठ शुक्लपक्षांत ॥
झाला रायगडीं शिवनृपती अभिषिक्त ठेवि लक्षांत ॥१॥

६ हीं वाद्यांचीं नांवें ७ भोंवार ८ सांजिन्या. ९ चौक्यावर (याचा अन्वय पुढे व मागें.) १० चौऱ्या. ११ सोयरे धायरे लोक.
१२ कोणी अहेर पुढें ठेविती असा अन्वय.

मोठे पाटिल भेट देति रुपये आनंद पावोनियां,
अन्यानीं मुजरे दुरूनि विनैया दाऊनि केले तैया
जैनांस नृपैती गमे, सकल योषितैांना स्मरैं,
ऐला प्रबल शासिता, निजजैनांसे लक्ष्मीधैरं ॥
गमे, रिपुगणांसही प्रलयकालरूपी मनीं,
शिवोजि वसुधापती, स्थित सभेंत सिंहासनीं ॥२
बेड्या तोडुनि बंदिवान अवघे बंदीतुनीं सोडिले,
तैसे पोपट, सारिका, व चिमैण्या जे पंजरीं[13]
लोकांनीं इतऊर्ध्व गोधनधनासुद्धां सुखानें घरीं,
राहावें असि जाहिरात दिधली देशीं व देशांतरीं

दीनानाथ गरीब पंगु बधिरा अन्नें दिलीं सादरें,
केलीं ब्राह्मणभोजनें, स्वसुहृदा संतोषवीलें बरें
हेमालंकरणा महाईवसैना देऊनियां दक्षिणा,
केल्या भूपतिनें उदारमतिनें सच्छिष्टसंभावना ।
नीतीनें मग चालवीत असतां राज्या शिवाजी
कोळीं वर्षति मेघ सर्वविषयीं, धान्यादिका दे

[illegible]

---

१ मजतेला. २ शिवाजीला. ३ साधारण लोकांस (असा गमे.) ५ स्त्रियांस. ६ काम. ७ दुष्टांस. ८ ९ स्वजनांस. १० विष्णु. ११ शिवाजीराजा. १२ [illegible] अभ्याहार. १३ पिंजऱ्यात. १४ सोन्याचे १५ [illegible] १६ साधुशिष्टांचा सत्कार. १७ १८ [illegible] १९ पृथ्वी.

ोरांचें आणि अग्निचें भय नसे मारी न मारी जना,
यीं सौख्य असे अखंडित कधीं आधी न व्याधी मना॥२७॥
कां मानधनाग्रणी आणिक जे शौर्यें, बळें, आगळे,
ानां सायुध देखुनी रणमुखीं भीती रिपूंचीं दळें ॥
का स्वामिहितार्थ दुर्लभ अशा प्राणांसही वेंचिती,
से शूरशिरोमणी स्वनिकटीं ठेवीतसे भूपती ॥२८॥

तो आपल्या संमहीं उत्तम मनुष्यास ठेविती.

जाचा पहिला प्रधान असतो संज्ञा तया पेशवा,
ाचें काम असे दिवाणगिरिचें पंतप्रधानाख्य वा॥
ाचें पंतअमात्य नांव दुसरा मंत्री जमाबंदिचें,
ाचीं त्या हिशेबिचेंहि काम असतें त्याच्याकडे रीतिचें ॥२९॥
दा दप्तरिचा व बारनिशिचा ज्याचा, तया भूपती,
ाति पंतसचीव सभ्य अभिधा देती व सत्कारिती ॥
ोठीचा हुजरातिचाहि पति जो मंत्री तया बोलती,
ानेचा अधिकारि जो दृढवपू त्यालाच सेनापती ॥३०॥
ामें जीं परराजकीय असती; त्यांतें स्वतां पाहणें,
ाजांचा वकिलांबरोबर सदा सद्युक्तिनें बोलणें ॥
ा कामावर कारभारि असतो तो मानसाचा सुधा,
ारासारविचारशील सुगुणी त्याची सुमंताभिधा ॥३१॥

त्याचे अष्ट प्रधान व त्यांचीं कामें.
पेशवा.
पंत अमात्य.
पंत सचीव.
मंत्री.
सेनापति.
सुमंत.

यापारांत निमग्न लोक असतां देती व घेती महां,
ध्यें उद्भवती कली ह्मणुनियां जाती नृपाच्या गृहां ॥

न्यायाधीश.

---

१ जरीमरी. २ काळजी. ३ मोठेमानी. ४ हल्यारबंद. , लढाईत. ६ पंत प्रधान ही संज्ञा त्यालाच असते. (या दाचा अन्वय कामाकडे नव्हे. ७ ज्याकडे दप्तरचा हुद्दा व जो- ारनिशी करणार त्याला. ८ शरीरानें बळकट. ९ सेनापति असें बोलती.) १० हें कलीचें विशेषण. ११ कज्ये. १२ अदालतींत.

मारामार गुन्हे दगा करिति जे, त्यांचा निवाडा क
न्यायाधीश असी तयास दिधली आख्या नृपाळें ब
शास्त्रें पाहुनि पृच्छकास कथितो प्रश्नोत्तरां जो नर
त्यातें पंडितराव नांव वहिलें देती धराधीश्वर ॥
ऐसे अष्ट महा प्रधान अपल्या कार्यार्थ संस्थापुनी,
केलें राज्य शिवाजिनें निजबळें शत्रू लया लावुनी॥
बाळाजी अवजी, विसाजि मथुरे, अण्णाजि दत्तो,
कृष्णाजी सखजी, शिवाजि नृहरी, कोन्हेरपंत, क्र
काशीपंत, निराजि रावजि, तिमाजी शामजी नायि
पुढें त्रिंबक भास्कराख्य, सुमती विश्वासरावादिक ॥
मोरो त्रिंबक पिंगळे, नरहरि आनंदरायाह्वय,
बाळाजी रघुनाथ, रावजि सुभे, व्यंकाजि दत्तात्रय
संकाजी निळकंठ, शामजि अवा, ऐसाजि गोविंदजं
ऐसे कारकुनांत मुख्य असती मुत्सद्दि च्या ही व्रजीं॥
विश्वासू नर ठेवितो स्वनिकटीं रक्षार्थ राज्याचिया,
राहेना भग अल्पही रिपुकृता शंका तया राजया ॥
कार्यार्थी निज सेवकांस विपुला जी देतसे संपदा,
सांगे तीच जनां कृतज्ञपण हो लोकांत त्याचें सदा॥
तो मित्रापरि सेवकां गणितसे, सप्रेमवृत्ती सदा,
मित्रातें निजबंधुसीं सम गणी देवोनियां संपदा॥
तैसे बंधुजनास आत्मसम तो मानीतसे तत्वतां,
ऐसा सेवकमित्रबंधुसह तो वागे शिवाजी स्वतां ॥ ३
कामक्रोधादि सारा रिपुगण जिणुनी इंद्रियांचा जया
वागे वर्तीतसे तो मनुविहितपथें दुर्गमें ही श्रमानें ॥

१ वरून सांगितलेल्या रीतीनें. २ कठिणें (हें पथाचें विशे

काळाच्या वांटणीला करुनि निशिदिनी आळसाला त्यजूनी,
कार्यातें नेमिलेल्या समयिं करितसे नीतिमार्गा धरोनी॥३८॥

काळाची वांटणी करितो.

करी कोणि अन्याय लोकांत कांहीं,
करी दंड त्या उक्त[1] मन्वादिकांहीं[2] ॥
असो तो रिपू आप्त वा स्वीय पुत्र,
धरी त्यावरी न्यायरीत्याच शस्त्र ॥ ३९ ॥

शत्रुमित्रास समान दंड करितो.

धरी मानसीं योग्य धर्मार्थकामा,
करी उद्यमा तो बसेना रिकामा ॥
असे स्वप्रजारक्षणीं लक्ष त्याचें,
असे आत्मपुत्रावरी त्या पित्याचें ॥ ४० ॥

तो धार्मिक व उद्योगी व प्रजापालनतत्पर ही तो.

सपत्न[3] पृथिवीपती शिवजिला बहू तें भिती,
अमोलिक उपायनें[4] अणुनियां तया अर्पिती ॥
मतंगरथवाजिची[5] निबिड भीड दारापुढें,
न वायुस हि तेंधवां रिघ[6] शिरावया सांपडे ॥ ४१ ॥

धाकानें शत्रु त्याचें कसें आर्जव करीत असत तें उदाहरणार्थ.

सौमा[7] दार्ढ्य अणावया करितसे दानास तो भूपती,
दानातेंहि कदापि तो नच करी केल्याविना सत्कृती[8] ॥
ज्याचा ठाइं जसा असे गुण तसी त्याची विचारें पहा,
लोकीं सत्कृति तो करी नरपती स्वल्पाच[9] किंवा महा[10] ॥ ४२

तो साम, दानावाचून, दान, सत्कारावाचून व सत्कार गुणावांचून करीत नाहीं.

गोशाळेंत जुन्या नव्या प्रसवल्या गाई ह्मसी वासरें,
खाती चार नवीन पेंड सरक्या बांधे जयांचे बरे ॥
प्रात:काळिं दुधें निघालिं ह्मणजे जाती वनाभ्यंतरीं,
चारा खाउनी हिंडती मग तया गोवारि नेती घरीं॥४३॥

गोशाळेचें वर्णन.

१ सांगीतलेला (दंड.) २ मनुयाज्ञवल्क्य इत्यादिक धर्मप्रवर्तक आचार्यांनीं. ३ शत्रु राजे. ४ नजराणे. ५ हत्ती रथ घोडे यांची (भीड-दाटी.) ६ अवकाश. ७ मैत्री. ८ सत्कार. ९.–१० अल्प किंवा मोठी (सत्कृती) जसा गुण असेल तदनुसार.

[illegible] जिं- [illegible] प्रांता [illegible] मुख्य [illegible] नांवें.

बांधारी नळदुर्ग कोंकण पुणें कर्णाट रामेश्वर,
चंदी त्र्यंबक बागलाण बरवें प्रख्यात चंदावर ॥
एडूर स्फुट बेदनूर अरणी चांदें वराडादिका,
प्रांतांतें जिणुनी करीत वश तें राजा शिवाजी निका ४४

[illegible] रा- [illegible] किल्ले व गड यांचीं नांवें.

घोंसाळागड, आरनाळ, भिंवडा, भूपाळ, तो खेळणा,
खांदेरी, बिरवाडि, सागर तुगा, तो रोहिडा, तोरणा ॥
वासोटा, शिवनेरि, मेद, सगडा, सिंव्हाख्य, तो लिंगणा,
वैराटाख्य वसंत वंदन नदी कर्नाट ही रांगणा ॥ ४६॥
कृष्णा त्र्यंबक रामसेज अंवंठा केराक कावंडसे,
कस्तूरी अमरापुरी दिघपली वल्या अनंदी वसे ॥
आकोलें मृगरम्य सिंध जवला अर्काट कड्डालका,
इत्यादी गड घेउनी विभु महा राजा करी कौतुका[1] ॥ ४५॥

अठरा कार- [illegible] वगैरे.

हस्ती[2], उष्ट्र, सरल, शस्त्र, रथ, सत्तांबूल[3], वस्तू[4], जलें,
धान्यें[5], लेखन[6], यंत्रें[7], पाक[8], शिबिरें[9], आंखेट[10], जेठी[11], भले ॥
वाद्यें[12] नाटक वैद्य[13] मुख्य अठरा शाळा शिवाजीचिया,
होत्या उत्तम फारशींत ह्मणती तें कारखाने जयां ॥ ४६॥

[illegible] महाल [illegible] कोठी वगैरे.

धान्यागार[14] महाल गोधन गृहें पागा शिबंदी घरें,
वस्त्रागार[15] हि टकसाळ बरवी क्षेत्रादि[16] जागा बरें ॥

---

१ हें कौतुकाचें विशेषण. २ गजशाला उष्ट्रशाळा रत्नशाळा अशीं अठराशाळांची संस्कृत नांवें आहेत त्यानांच पिलखाना उष्ट्रखाना जवाहीरखाना शिलेखाना अशीं यवनी नांवें आहेत. ३ तांबूलशाळा, सराफखाना. ४ जिन्नसखाना. ५ अंबरखाना. ६ दप्तरखाना. ७ तोफखाना. ८ सुदबख. ९ फरासखाना. १० शिकारखाना. ११ मल्लशाळा, तालीमखाना. १२ नगारखाना. १३ दवाखाना, [illegible]खाना. १४ महाल कोठी. १५ जामदार. १६ महाल शेरी (बाग वगैरे.)

सौदागीर, इमारती, सुतरुणी[1] माहाल तो चौबिक[2],
द्रव्यागार असे महाल असती बारा पुरे रौजिक[3] ॥ ४७ ॥

आर्या.

ऐशापरी व्यवस्था, केली त्यानें प्रजेचिया अवनीं ॥
वसती एकत्र श्री, मति, नीती, ज्याचिया सदा भवनीं ॥ ४८ ॥

अशी व्यवस्था करून तो शिवाजी.

व्यंकोजी नावाचा, होता सापत्न बंधु जो राया ॥
कर्णाटकांत त्याला, मग तो जायी ससैन्य भेटाया ॥ ४९ ॥
मार्गी गहनारण्यीं द्वादशदिन तो करी तपश्चर्या ॥
अंतीं छेदूं लागे, मस्तक तैं प्रकट जाहली आर्या ॥ ५० ॥

कर्णाटकांत आपल्या भावाला भेटायास जातो. मार्गीं बारा दिवस घोर तप करितो.

इष्टवरा देउनि त्या, अंतर्हित जाहली भवानी ती ॥
जीच्या उपकारातें, सुरवर, किन्नर, सदैव वानीती ॥ ५१ ॥

भवानी प्रत्यक्ष येऊन त्याला वर देऊन अदृश्य होते.

मग तो भेटुनि भावा, परतुनि आला स्वकीय गेहातें ॥
रक्षी प्रजेस जैसें, नचि तैसें आपुल्याहि देहातें ॥ ५२ ॥

मग तो भावाला भेटून परत स्वस्थळाप्रत येतो.

कोणेएके काळीं, येई श्रीरामदास नृपसदनीं ॥
चाले संतत ज्याचा, पूतें[4] श्रीरामनामजप वदनीं ॥ ५३ ॥
तो[5] नर नव्हेचि परिहो, धर्म स्वयमेव मूर्त्तकी आला ॥
साधूपदेशयोगें, निज मार्गा दावण्यास नरपाळा ॥ ५४ ॥
त्या पाहतांचि सत्वर, ये भूपा कळविण्या प्रतीहारी[6] ॥
कर जोडूनि ह्मणेजी, कोणि महा साधु पातले दारीं ॥ ५५ ॥
हां हां कोठें दावी, ऐसें तो संभ्रमें पुसे नृपती ॥
साधूंच्या आगमनीं, सुविनैय[7]संपन्न ते असे जपती ॥ ५६ ॥

श्रीरामदासस्वामी शिवाजीकडे येतात व त्याला बोध करितात तो प्रकार.

---

१ तरुणीमहाल (अंतःपुर.) २ लाकडें वगैरे. ३ असे राजाचे बारा महाल होते. ४ पवित्र अशा श्रीरामनामाचा जप. ५ रामदास (नर नव्हे.) ६ द्वारपालिका. ७ नम्र.

अत्यादरपूर्वक नृप, आउाने त्याच्या पदीं करी
सत्कुलभवा नरांचें, विमुख कधीं साधुवंदनीं नमन
स्वीये शिरीं मुकुटमणि, श्रेणी तेचि प्रदीपशुभरा
सद्योगें नमनमिषें, नृप गुरुचें पादपद्म नीराजी ॥५
विजयी भव वत्स अशा, आशीर्वादास देतसे दा
सदनुग्रहें कदापी, मानव होतो न पात्र खेदास
स्वामी इकडुनि ऐसें, बोलोनी नृप तयास सदनां
नेवोनि आसनावरि, बैसवि तो दृष्ट जो निजमनांत
पाद्यार्घ्यादिकपूजा, करित असे भक्तिनें नृपति त्य
ऐसी दृढ भक्तिजनीं, पुत्राला ही नसे निज पित्याची
कर जोडोनि ह्मणे नृप, केलें जैसें पवित्र गेहातें
पादरजें तेंवि करा, उपदेशें करून यांहि देहातें
संसारसागरीं मी, स्वामी बुडतों ययाचिया तरणीं
भवदुपदेशावांचुनि, नचि दुसरी हो मला दिसे तरणी
दास ह्मणे वत्सा तुज, झाली मति हे सुपुण्यराशी
सकलां अशुभां निरसुनि, जी अंतीं सत्पदा नरांसी ने
स्रक्चंदनवनितादिक विषयां वांताशनापरी त्यागी
वैराग्यबोध करिते, वेदांतांची अशाच रीत्या गी[18]

---

१ या षष्ठीचा अन्वय मन या पदाशीं. २ स्वकीय म
रीक मुकुटसंबंधी मण्याची जी पंक्ति तीच. ३ दीपाची उन
४ ओवाळी (गुरुपादपद्मातें.) ५ जो निजमनीं इष्ट त
असा अन्वय. ६ या तृतीयेचा अन्वय पूर्वार्धाकडे. ७ य
देहालाही (पवित्र करा.) ८ यांच्या तारणाविषयीं.
१० पातकांस. ११ उत्तम पदाप्रत. १२ नराला.
१४ फुलांच्या माळा, चंदनाची उटी, स्त्रिया इत्यादि
१५ ओकून टाकलेल्या पदार्थांचें पुन: भक्षण करणें त्य
१६ वैराग्याचा बोध. १७ वेदांतशास्त्राची. याचा संबंध
१८ गाणीं (वाक्यें.)

यास्तव गृहदारादिक, विषयक सोडुनि समस्त आसक्ती ॥
श्रीसद्भगवत्पदयुग-कमलाची सर्वदा करी भक्ती ॥६६॥
कामक्रोधादिक षट्, वैरी हे त्रास देति जीवास ॥ कामादि षड्रिपू
त्यांत हि मानवदेहीं, करिते हृदयांत काळजी वास ।६७।
सुज्ञें धरूं नये बा, दुष्ट जनाच्या कदापि संगतिला ॥
तत्सम दुसरा न दिसे, प्रतिबंधनहेतु वत्स सद्गतिला ।६८।
उपडुनियां टाकावें, प्रथमचि रे या मनांतुनी कामा ॥ काम.
सर्वानर्थकरचि तो, ह्मणुनि तयाची स्थिती नये कामा॥६९॥
कामावाप्ति न होतां, क्रोधाची येतसे मना उकळी ॥
जेथें क्रोधोत्पत्ती, तेथें आहेचि बा अगाउ कळी ॥७०॥
कामानें सर्वांचें, बाटविलेंसे नरोत्तमा चित्त ॥
तेणें पूर्त विरक्ती, न रुचे रुचते सदार सुतवित्त॥७२॥
असती युवती करिती, परोपरी नरवरा ; सदा नखरे ॥
न खरे मानावे ते, देती जें सुमतिच्या नळीं नख रे॥७३॥
कांताकनकधनादिक, जैसा देतें मनास अति माज ॥
तैसा भांग अफू मधु, यांचा ही देतनाहिच समाजे ॥७४॥
षड्रिपुमाजीं भूपा, जाणें बा अग्रगण्य काम खरा ॥
तत्पर होतो नर जो, अणुमात्रहि तो उणा असे न खरा ७३
भग्न मनोरथ होतां, क्रोधानें व्याप्त होतसे नर तो ॥ क्रोध.
यास्तव मुळींच कामीं, चित्त तुझें नरपते कधीं न रतो ७४

---

१ हें संबोधन. २ उपयोगास. ३ इच्छित न मिळालें तर. ४ पूर्वीच. ५ कलह. ६ पवित्र. ७ वैराग्य. ८ दुष्ट. ९ स्त्रिया. १० सद्बुद्धीच्या. ११ नळीं नख देणें ह्मणजे ठार मारणें. १२ समुदाय. (भांग अफू इत्यादिकांचा) १३ गाढवाळा (अणुमात्र हि उणा न.)

तो नर नव्हेचि अंध, क्षितीश्वरा जो विहीन नयन
क्रोधाधीनचि अंध, श्रेष्ठ वदति त्यांत अन्यथा नाहीं।
पापाला मूळ असे, लोभ असें सर्व बोलती संत ॥
लोभ — जो त्यागी लोभातें, त्याच्या सौख्या नसेचि वा अंत।
अज्ञानें मोह पडे यास्तव तूं ज्ञान आधिं संपादी
मोह. — नसताही सर्प दिसे, अज्ञानाच्या वशेंचि, जी वादी
मोहाच्या योगानें, ज्ञान्याहि भ्रांति पडतसे मोठी।
त्यावरि ईशदया बहु, तोचि दूर हो मनांतुनी लोटी
मद. — धनयौवनादियोगें, येतो जो माज तोचि मद जाणें
रावणबाणार्जुनमुख नाशियले वश करोनियां जाणें।
मत्सर — परदुःखसुखानीं जो, क्रमें करित सौख्य, दुःख, मत्स
त्यातें सोडुनि संगीं, चित्त तुझें साधुंच्याचि वत्स र
[illegible] — त्रैलोक्याही जिंकी, त्याला विजयी अशी कधीं न
परि ह्या षड्रिपुवर्गा, जिंकी त्यालाच मात्र विजयि ग
आहे एक जगाचा, सृष्टिस्थितिनाशनास कर्ता रे।
ज्यानें इच्छामात्रें, निर्मियलें, भूखगोल खग तारे॥
[illegible] — श्रीरामादिक रूपा, घेउनियां जो जगांत अवतरतो
त्यातें प्रेमपुरःसर, भजतो निश्चयें मनुष्य भव तरतो॥
[illegible] — ऐसा तो दासकृता, बोधा ऐकुनि विरागयुत चित्तें
मानी तत्काळ मनीं, तृणवत् सारीं सदारसुतवित्तें ॥

---

१ जी वादी ती (अज्ञानमूलक मोहानें सर्प भासतो.) २ मोहाला. ३ रावण, बाणासुर, कार्तवीर्यार्जुन इत्यादिकां [illegible] आहेत.) ४ ज्या पदानें. ५ पराच्या दुःखानें व पराच्या सुखानें दुःख व्हावें असा मत्सरांत गुण आहे. ६ [illegible]. ७ [illegible], ह्या षष्ठीचा संबंध संगीं याकडे. ८ [illegible]. ९ निश्चयेंकरून (हें अव्यय होय.)

CPSIA information can be obtained
at www.ICGtesting.com
Printed in the USA
LVHW061529150722
723612LV00011B/882

9 781179 611969